I0604793

khách sạn
HOA-THỊNH-ĐỐN

Cảm Tạ

Trời, Phật, Chúa và Các Đấng Tối Cao đã che chở cho nhà văn nghèo qua bao nhiêu tang thương của đất nước từ 1945 cho đến nay.

Các Văn-Nghệ-Sĩ đàn anh, bạn hữu và độc giả đã khuyến khích rất nhiều để in tập Tiểu-Thuyết-Phóng-Sự này.

Tạp Chí "Ngôn Ngữ" và Nhà Xuất Bản "Nhân Ảnh" đã giúp đỡ tận tình trong việc xuất bản "Khách Sạn Hoa-Thịnh-Đốn", tập I.

Nguyễn Đức Nam
OC 8/2023

KHÁCH SẠN HOA THỊNH ĐỐN

- TIỂU THUYẾT PHÓNG SỰ -

NGUYỄN ĐỨC NAM

Bìa: Uyên Nguyên Trần Triết
Dàn trang: Công Nguyễn

NHÂN ẢNH xuất bản **2023**
ISBN: 9781088198735

NGUYỄN ĐỨC NAM

TIỂU THUYẾT PHÓNG SỰ

Khách Sạn
HOA-THỊNH-ĐỐN

NHÂN ẢNH 2023

▪Kính Dâng Song Thân

▪Kính dâng: Nhạc Phụ Nguyễn Hữu Ấp,
Nhạc Mẫu Huỳnh Thị Quang

▪Thân gửi bạn hữu:
đồng môn Nguyễn Trãi & Chu Văn An
đồng môn Đại Học Văn Khoa Saigon,
đồng môn Trường CTKD, Đại Học Đà-Lạt,
đồng môn Trường BB Thủ Đức…

▪Yêu Thương tặng: Quang-Thụy & Kim-Nga,
▪Cho hai con:
Nguyễn-Đức Thụy-Nam & Christina Thiên-Nga Nguyễn
▪và các cháu:
Rachel Nguyễn, Jared Nguyễn, Tyler Đức Trần.

■I would like to dedicate this Novel
"Khách Sạn Hoa-Thịnh-Đốn" to:

■Mr Richard Nelson, Vice President & General Manager of Hyatt Hotels, East Coast USA.

■Mr Sheldon Fox, General Manager Hyatt Arlington, VA & General Manager Hyatt Hilton Head, NC.

■Kaye Newsman Hyatt Rooms Executive & Ramada Hotels Operation Director.

■Ron Agron Rooms Executive Hyatt Regency Capitol Hill & General Manager Hyatt Lake Tahoe NV.

■Mr Jose Lopez, Regional Controller : Hyatt Regency & Grand Hyatt Washington, D.C.

LỜI GIỚI THIỆU

Anh Nguyễn Đức Nam, sau biến cố đau thương 30-4-1975 ngày VNCH bị bức tử, đã trải qua nhiều giai đoạn vất vả trong cuộc sống.

Ra khỏi trại ty nạn, trắng tay, không nghề nghiệp anh đã bắt đầu lại cuộc đời từ làm thợ sửa xe hơi, nhân viên bơm săng, chiên gà cho nhà hàng Kentucky... sau cùng anh đã tìm được công việc chắc chắn, cố định và có tương lai: làm việc trong ngành kỹ nghệ Khách Sạn tại Hoa Thịnh Đốn.

Tiểu Thuyết Phóng Sự "Khách Sạn Hoa Thịnh Đốn" của nhà văn Nguyễn Đức Nam đã tả lại những sự khó khăn cũng như những lúc vui, buồn, lãng mạn trong lúc làm việc tại Khách Sạn.

"Khách Sạn Hoa Thịnh Đốn" là một câu chuyện hài hước, chân thực về những lúc thăng trầm trong nghề nghiệp, được viết với sự quan sát sâu sắc của một người trong cuộc.

Lương Phúc Thọ

LỜI MỞ ĐẦU

Nhà Văn Gia-Nã-Đại Arthur Hailey thuê phòng hai tháng trong một khách sạn ở New Orleans, quan sát và phỏng vấn hầu hết nhân viên trong khách sạn để viết tiểu thuyết "Hotel", in năm 1965. Tiểu thuyết này đã là một "best seller" và đã được quay thành phim.

Tôi làm việc trong ngành khách sạn từ 1976 đến 2015, gần 40 năm, có lẽ biết nhiều về khách sạn hơn Nhà Văn Arthur Hailey; Tuy nhiên, đó là một "vấn đề" vì biết quá nhiều, không biết bỏ chi tiết nào, giữ những chuyện gì! Thôi thì có nhiêu, xài nhiêu...

Có nhiều danh từ chuyên môn dùng trong khách sạn, tác giả xin giữ nguyên không dịch sang tiếng Việt để độc giả hiểu chính xác hơn và tác-giả không muốn bị mang tiếng là "mắc dịch"!

Những danh tính nhân vật, địa điểm... đã được đổi để tránh phiền phức, nếu có trùng hợp với người đời thì đó chỉ là ngẫu nhiên, ngoài ý muốn, xin độc giả thông cảm.

Nguyễn Đức Nam
Orange County 8/2023

Chương 1

Hát Cho Người Tị-Nạn

Tác giả và một SQ du học chụp hình lần đầu tiên với tuyết rơi tại sân trường.

■Aberdeen Proving Ground, MD. 24/3/1975.

Tối 23 tháng 3 năm 1975, Đức đang ở nhà một người bạn thuộc quận Arlington, Virginia thì nhận được điện-thoại của Đại-Úy Hick từ Văn-Phòng Trung Tướng Chỉ Huy Trưởng Trung-Tâm Huấn-Luyện Aberdeen Proving Ground, gọi về trình-diện ngay lập tức.

Đức về đến trường vào lúc 2 giờ sáng ngày 24/3/1975. Cùng với 5 Sĩ Quan khác, Đức nhận được Sự Vụ Lệnh đi công-tác ở Fort Chaffee, tiểu bang Arkansas và phải lên đường ngay tức khắc. Trong Sự Vụ Lệnh không ghi rõ công-tác kéo dài bao lâu, chỉ cho biết là các Sĩ-Quan vẫn được trả lương như khi còn đang thụ-huấn.

Xe bus của Bộ Binh Hoa-Kỳ đưa Đức và các bạn ra phi-trường Baltimore, đáp chuyến bay 455 của hãng Frontier - một hãng máy bay nhỏ, được thuê riêng cho quân-nhân và gia-đình - đến St. Louis, Missouri rồi từ đây, bay đến Fort Chaffee, Arkansas vào lúc 20:36.

Theo lời người Sĩ Quan Hướng Dẫn thì Fort Chaffee là Trung-Tâm Huấn-Luyện Vệ -Binh Quốc-Gia (National Guard) của Hoa-Kỳ, lớn như một thành-phố và có thể cung ứng chỗ ở cho hơn hai chục ngàn người. Hiện nay, trung-tâm này hoàn toàn bỏ trống, để chính-phủ Liên Bang dùng cho một chương-trình đặc biệt nào đó, đang còn được giữ kín.

Vì trời tối, Đức không thấy nhiều, chỉ thấy những doanh-trại ngang dọc , trống trải, như những trại lính đã bỏ hoang từ lâu. Vả lại, phải dậy từ sáng sớm nên giờ này, Đức đã thấy mệt , không quan-tâm nhiều đến ngoại cảnh, cũng như những lời người Sĩ Quan Hướng Dẫn vừa nói.

Nhóm Đức được đưa đến một khu nhà xây cất khang-trang, có bảng chữ "BOQ" (Bachelor Officer Quarter: Cư Xá Sĩ Quan Độc Thân). Mỗi người trong nhóm được ở một phòng riêng, có bếp, có phòng tắm, có TV, có tủ lạnh, có telephone, rất tiện-nghi. Tuy nhiên, sau khi tắm rửa, Đức mở TV để xem tin tức bên nhà, mới biết tất cả TV đều không có hình ảnh. Đức thử telephone và giật mình khi biết đường giây điện-thoại chưa được nối với tổng đài. Tất cả những khu nhà kế cận đều vắng tanh. Người Sĩ Quan Hướng-Dẫn đã đi từ lâu. Mọi người quyết-định đi ngủ sớm, sáng mai lên Văn-Phòng trình-diện, sẽ hỏi về vấn-đề TV và Điện-Thoại.

■Fort Chaffee, Ark. 25/3/1975

Việc đầu tiên nhóm Sĩ Quan Việt Nam phải làm ngay sáng nay là lên Văn Phòng Bộ Chỉ Huy Lực Lượng Đặc-Biệt tại Fort Chaffee để trình-diện. Đại Úy Tân là sĩ quan cao tuổi nhất được đề-cử làm Trưởng Toán để trình Sự Vụ Lệnh cũng như để liên-lạc với Thiếu-Tá Miller, Trưởng Khối Điều Hành. Sau khi làm đầy đủ thủ-tục, mọi người được mời sang phòng họp. Tại đây, Thiếu Tá Miller cho mọi người biết họ được Trung Tâm Huấn-Luyện

Fort Chaffee tháng 5/1975: hình chụp tác giả phía sau khu Cư Xá Sĩ Quan.

Quân-Cụ Hoa Kỳ Aberdeen Proving Ground biệt phái xuống Arkansas, phục-vụ cho Trung-Đoàn 96 Dân Sự Vụ,trong một công-tác đặc-biệt và tối mật. Vì lý-do đó, họ sẽ không được liên-lạc với bên ngoài, không có báo đọc, không được dùng điện-thoại, không được xem TV, không được gửi thư cho bất cứ ai.

Nhóm Đức có nhiệm-vụ dạy những người đầu bếp của quân-đội Mỹ cách nấu cơm và thức ăn Việt Nam, huấn-luyện một số Sĩ Quan và Hạ Sĩ Quan Hoa-Kỳ viết và đọc tiếng Việt. Dĩ nhiên là những đối-thoại thông thường và đặc-biệt là phải nhấn mạnh đến phong-tục, tập-quán, cách xưng-hô phức-tạp của ngôi thứ trong gia-đình, cũng như ngoài xã-hội.

Đại-Úy Lư, Bắc-Kỳ-Di-Cư 54, dân Hố Nai, là người nấu ăn rất giỏi, thường nấu Phở cho các bạn ăn ở Aberdeen, được đề-cử dạy mấy anh Chef Cooks Hoa-Kỳ nấu cơm Ta. Đại-Úy Tân, già nhất, người miền Trung, lúc nào cũng giảng "moral" như ông Giáo Già, cho làm Giảng-Sư Công Dân Giáo-Dục, dậy cho Mỹ những bài học Đạo-Đức thuộc loại "Quốc Văn Giáo Khoa Thư".

Trung Úy Long, trẻ tuổi yêu đời, "đấu láo" không biết mệt, được đề-cử dậy Mỹ "đàm thoại tiếng Việt". Long thích lắm vì luôn luôn dậy Mỹ những "tiếng lóng", làm chúng tôi cười đứt ruột.

Đức tưởng mình thoát nợ, có nghĩa là không phải dậy dỗ gì cả, ai dè, có một anh Hạ Sĩ Quan Mỹ, không biết học tiếng Việt từ hồi nào mà đọc tiểu-thuyết Việt Nam rất nhiều, chuyện nào cũng nhớ vanh vách, bây giờ lại muốn học nhạc Viêt Nam mới phiền chứ!

Muốn học nhạc thì phải có đàn, Đức bảo anh ta như vậy. Anh Trung Sĩ tên Tom bèn dẫn Đức đến một Thrift Shop trong căn cứ, mua tặng Đức một cây guitar cũ, giá 20 đồng, tình-trạng cũng khá tốt.Từ đó, sau bữa ăn tối, có màn "văn-nghệ bỏ túi: Mỹ hát nhạc Việt" cũng đỡ buồn trong lúc xa nhà, xa gia-đình, xa quê hương….

Đức xuống Fort Chaffee đã gần một tuần. Thấy quân nhân Mỹ thuộc ngành Công Binh Kiến-Tạo ngày đêm tu sửa doanh-trại, Đức nghĩ là sắp có khóa huấn-luyện của hàng chục ngàn National Guards . Nhiều khi cả nhóm cũng thắc mắc không biết tại sao mình lại phải huấn-luyện quân-nhân Mỹ cách nấu cơm, cách trò truyện, phong-tục, tập-quán của người Việt Nam. Niên-Trưởng Phạm Văn Tân thấy mọi người thắc mắc thì phán rằng: "Các cậu đừng có nghĩ tầm-bậy-tầm-bạ. Mỹ sẽ không bỏ mình đâu!"…

Sáu Sĩ Quan Việt Nam được lệnh ra phi-trường Fort Smith từ tờ mờ sáng với 2 xe Jeep và 10 xe Bus của quân-đội Mỹ chạy theo. Sau một tuần cấm trại, hôm nay là lần đầu tiên mọi người được thấy thành-phố Fort Smith. Khi đoàn xe vừa ngừng, nhóm Đức bước ngay đến mấy sạp báo. Hình ảnh đầu tiên mà mọi người thấy trên trang nhất là hình Thiết Giáp của VC tràn vào Dinh Độc-Lập, phía trên là một hàng chữ lớn: "Tổng Thống VNCH Dương Văn Minh tuyên-bố đầu hàng".

Đức tưởng mình ngủ mê, nhưng cả một xấp báo đều có hình ảnh, có tựa để như thế. Đức thấy lạnh run người. Đầu óc Đức choáng váng, nhức nhối. Đức nhìn các bạn đồng ngũ. Đại Úy Tân, Đại Đội Trưởng Đại-Đội 811 ở Đà Nẵng nhưng vợ con còn ở Huế, thì mắt đỏ hoe. Đại Úy Lư, thuộc Kho Đạn Dược Long Bình, vợ con ở Biên Hòa, đang dán mắt vào tờ báo, khóc thành tiếng.

Trung Úy Long, còn độc-thân hàng ngày nói liếng thoắng, bay giờ im lặng, cúi đầu thở dài. Trung Úy Linh và Trung Úy Hùng, là hai Sĩ Quan thuộc vùng 4 Chiến-Thuật thì đang thì thầm với nhau : ***"đ.m, buông súng sao được! Tao nghĩ là vùng 4 không đầu hàng, vùng 4 sẽ là một chiến tuyến mới, sẽ là một chiến-khu để quân ta kéo về cố thủ, chờ ngày phản công..."*** ...

Một chiếc máy bay của hãng Pan Am vừa hạ cánh. Vì Fort Smith Airport là một phi-trường nhỏ, phi-cơ có thể chạy gần đến phòng đợi nên nhóm của Đức có thể bước thẳng đến phi-cơ để chào đón những hành-khách, những đồng-bào ruột thịt, những người Việt Tị-Nạn đầu tiên đặt chân lên đất Mỹ.

Bây giờ Đức và các bạn mới biết rõ mục-đích của Quân Đội Mỹ khi gửi họ xuống Fort Chaffee để huấn-luyện quân nhân Mỹ về cách sinh sống của người Việt Nam !

Dù đang choáng váng vì tin "buông súng đầu hàng" kia, nhưng nhóm Đức vẫn phải cố gắng làm bổn-phận chào mừng đồng-bào và hướng-dẫn đồng-bào về Trại Tạm Trú Fort Chaffee.

Trong khi đang trò truyện, thăm hỏi đồng-bào, Đức nghe được những lời nói mỉa mai trong đám đông:

"Mẹ kiếp, Tướng Tá còn phải tháo lon, tháo quân-phục bỏ chạy, Đại Úy thì nhằm nhò gì mà còn đeo lon với lá ..."

Chiều hôm ấy, sau khi đã lo chỗ ở, chỗ ăn và cấp phát một số những vật dụng cần-thiết cho khoảng trên 300 đồng-bào, Đại Úy Tân dẫn cả nhóm lên Văn-Phòng Thiếu Tá Miller, xin được tháo bỏ cấp bậc Sĩ Quan VNCH trên quân-phục. Thiếu Tá Miller đồng-ý và làm cho các Sĩ Quan VN những bảng tên bằng tiếng Mỹ để quân-nhân Mỹ xử-sự cho đúng cách. Thiếu Tá Miller đã từng phục-vụ ở VN, trong dịp Mậu Thân 1968, ông tỏ ý rất thông-cảm với hoàn-cảnh thất-lạc gia-đình, mất nhà, mất nước, mất cả quân-đội của nhóm Sĩ Quan VN. Trong một Văn Thư gửi cho toàn thể quân-nhân Mỹ trong trại Tị Nạn Fort Chafee, Đức còn nhớ có một đoạn *"The following named Vietnamese Officers is to be accorded all military respects and priviledges that are accorded to U.S Army Officers."*

Ngày lại ngày, nhóm Sĩ Quan Quân Cụ ra phi-trường đón đồng-bào, hướng-dẫn, giúp đỡ đồng-bào, nhiều khi xuống khu tạm-trú, ăn cơm với đồng-bào, thay vì ăn ở Câu Lạc Bộ Sĩ Quan.

Ngày lại ngày, mọi người hy vọng tìm được tin tức gia-đình qua những người quen biết từ các trại tị nạn khác được chuyển đến Fort Chaffee.

Vào khoảng giữa tháng 5, 1975 đồng-bào tị-nạn ở đây có ngày đã lên đến 25 ngàn người. Mỗi khi có gia-đình nào được bảo trợ ra khỏi trại thì lại có một gia-đình khác được chuyển từ Guam hay từ Mã Lai, Thái Lan đến thay thế. Vì số đồng bào quá đông, Trại Tị Nạn Fort Chafee được tăng-cường bằng một số Sĩ Quan cùng cảnh-ngộ từ các Trường Hải Quân, Không Quân, Truyền Tin, Công Binh, Pháo Binh, Bộ Binh. Dù vậy, các Sĩ Quan cũng vẫn phải làm việc 24 trên 24 vì có những chuyến bay đến vào lúc nửa đêm về sáng.

■Fort Chaffee, Ark. 5/ 1975:Tân Dân, Tờ Báo Việt Đầu Tiên Trên Đất Mỹ.

Editor and Volunteers

Lt. Linda Hurt, editor of Tan Dan at Ft. Chaffee, consults with some of the Vietnamese volunteers who are serving as interpreters to aid in putting out a daily newspaper for the nearly 25,000 refugees at the camp. The first issue of the paper came out May 4, the day the first refugees arrived at the camp.

Wednesday, June 11, 1975 Southwest Times Record—Fort Smith, Ark. 3-B

Viet Newspaper Gaining Acceptance

FT. CHAFFEE, Ark. (AP) — A Vietnamese newspaper in the Arkansas hills might perplex Snuffy Smith or Lil Abner but it is gaining wide acceptance among the 25,000 Vietnamese refugees sheltered here.

The first issue of Tan Dan — The New Arrival — came out May 4, the day the first 600 to 700 of the refugees arrived at Ft. Chaffee.

The newspaper is published by the 1st Psychological Operation PSYOP Battalion Element. It is printed in a protable field press unit at the base.

However, the daily newspaper is only one part of the PSYOP efforts to acclimate refugees to their new country and to keep them informed of news in the camp and in the rest of the world.

PSYOP personnel tape a 10-minute newscast in Vietnamese which is broadcast every morning on a Fort Smith, Ark. radio station. Radios have been distributed to each refugee residence.

Lt. Linda Hurt of Los Angeles, Calif. was sent from Ft. Bragg N.C. to run the PSYOP operation with the help of about a dozen Army personnel and several volunteer Vietnamese.

The newspaper also carries brief news service stories from all over the world.

Local news is gathered and written by the PSYOP personnel or submitted by the many voluntary agencies operating at the camp to aid the refugees. Other news comes from the federal government from registration numbers of persons who have been cleared for security or what movies are being shown at which theater.

"This is all brand new to the people and we have to explain so many things to them." Lt. Hurt says. "We had to tell them the water was good and could be used because on Guam they were told not to use certain water. We explain about using the mess halls, when linens will be distributed, what a Social Security number means and how security clearance checks are being carried out."

The portable field press does not have a typesetting machine with Vietnamese characters. The stories are set in type used for English, then handmarked with phonemes, marks above certain letters that indicate how they are pronounced and which determine the meaning of the word.

Because the paper is printed on an offset press, the phonemes are reproduced exactly as marked by one of the volunteer Vietnamese interpreters.

It's pretty strange looking to an American even though it is printed with the same letters used in this country.

The Vietnamese volunteers also serve as translators for converting the locally written stories into Vietnamese and in helping the PSYOP staff understand how to explain things to the refugees.

After the reporters and interpreters are finished with their work, the print shop goes into action. The printers put together the two-page newspaper, occasionally using pictures and sometimes cartoons drawn by the staff, or a refugee.

Để đồng-bào biết tin tức về VN, tin tức thế-giới và nhất là để gửi đến 25 ngàn đồng-bào những thông-cáo quan-trọng, Đức đề-nghị Thiếu Tá Miller làm một tờ nhật báo Việt Ngữ . Tất cả máy móc để ấn-loát, Trung-Đoàn 96 Dân Sự Vụ , thuộc Lực Lượng Đặc-Trách Tị Nạn đã có đầy đủ, chỉ thiếu nhân-sự. Nữ Trung Úy Lind Hurt, một người biết đọc và viết tiếng Việt, được cử làm Chủ-Nhiệm, Đức làm Chủ Bút và Trung Sĩ Tom làm Thư Ký, đặc-trách layout và ấn-loát. Tin tức thì được dịch ra từ báo Mỹ, chép xuống từ TV, Radio. Thông cáo thì Tom và Đức có thể viết được.

Báo được đặt tên là "Tân Dân", theo ý của Linda là "New People". Đức đề-nghị lấy tên báo là "Người Mới" cho dễ hiểu và gần gũi với đồng-bào nhưng Linda thích "Tân Dân" vì cô cho rằng nó có vẻ "văn chương" hơn.

Sau số báo đầu tiên , báo "Tân Dân" được rất nhiều đồng-bào đến văn-phòng giúp đỡ trong vấn-đề dịch tin, vẽ tranh, viết bài. Văn-Phòng Liên-Lạc của Trại Tị-Nạn bây giờ biến thành Tòa-Soạn của Nhật Báo Tân Dân. Đức thành Nhà-Báo-Full-Time, không phải ra phi-trường đón đồng-bào, cũng không phải lái xe đi vòng quanh trại kêu gọi trẻ em vào nhà mỗi khi có mưa đá, to bằng trái banh ping-pong.

❋❋❋

Một hôm,Đức đang làm tin thì Đại Úy Tân đến cho biết ca sĩ Khánh Ly mới nhập trại. Đức bỏ tất cả, chạy xuống khu tạm cư, tìm về dãy nhà mà anh Tân đã cho biết số.

Khánh Ly ở đó, với em gái Ngọc Anh và người anh là Phạm Ngọc Sơn.

Đã lâu lắm Đức không gặp "Bé Lệ Mai" của báo Ngôn Luận. Cũng đã lâu lắm Đức không gặp Ngọc Anh và Sơn. Những truyện kể, những thăm hỏi, những nhắc nhở về kỷ-niệm ở Chợ Quán, ở Phan Thanh Giản, ở Dalat cứ tiếp nối, theo nhau tràn về.

Không chỉ riêng Đức ngồi nói chuyện với Khánh Ly mà đồng-bào đứng đầy căn phòng tạm trú để nghe Khánh Ly nói chuyện…

Nhiều người ao ước được nghe Khánh Ly hát. Khánh Ly chỉ cười buồn cho rằng chuyện ấy khó có thể làm được. Đức chợt nghĩ đến lời Thiếu Tá Miller nói hôm nào "tôi có thể giúp quý bạn bất cứ vấn-đề gì, nếu trong khả-năng và trách-nhiệm của tôi". Đức cảm thấy phấn-khởi lạ lùng. Từ dãy nhà tạm-trú, Đức băng qua một khu đồi đầy hoa tím dại, hướng về văn-phòng của Miller. Tới bên kia chân đồi, Đức thấy một người nằm dài trên cỏ, trong bộ đồ bay mầu đen đã bạc phếch, dường như đang ngủ. Đức đến gần người phi-công đó, nhìn lên phía trên túi áo, thấy hàng chữ "Sy Phu".

Đức lay nhẹ vào vai người ấy và hỏi:

  - Này, phải Sỹ Phú đấy không?

Người phi-công kia, hé mắt nhìn, giọng mệt mỏi:

- Sỹ Phú đây. Ai đó? Đức đấy hả?

<hr>

- Đức đây. Tại sao lại ra nằm ở chỗ này vậy?

- Moa trốn Sponsor! Moa không muốn rời trại, sợ về chỗ xa lạ, không được gặp người Việt mình nữa!

∎Fort Chaffee, Ark. 6/1975: Hát Cho Người Tị-Nạn.

Sỹ Phú-6/1975

Đồng bào tị nạn tại Fort Chafee
theo chân Khánh Ly, Ngọc Anh đến nơi trình diễn nhạc

Vào một chiều tháng 6, khi nắng vừa khuất sau những dẫy nhà tiền chế - trước kia dùng làm nơi huấn-luyện Vệ Binh Quốc-Gia Hoa-Kỳ và nay là những mái nhà tạm thời cho hai mươi lăm ngàn người tị-nạn- hàng ngàn đồng-bào đã tràn ra đường , hớn hở kéo nhau về khu Văn-Phòng của Bộ Chỉ Huy Liên-Đoàn Dân Sư Vụ. Ở đó, một sân khấu lộ-thiên mới được dựng lên. Ở đó, có dựng vài cây micro và có những chiếc loa phóng thanh của nhà binh chồng chất lên nhau. Ở đó, có một cây guitar, mua ở tiệm bán đồ cũ.

Nhưng ở đó có Khánh Ly và Sỹ Phú. Thế là đủ, quá đủ cho một buổi hát nhạc Việt Nam lần đầu tiên trên đất tạm dung. Đặc- biệt hơn nữa: người đệm đàn lại là một người lính Mỹ, đôi khi được tiếp tay bởi một sinh viên tị-nạn dường như tên là Billy Trung với tiếng đàn vô cùng truyền cảm.

Khánh Ly hát như chưa bao giờ được hát, hát như say, như mê. Sỹ Phú dốc toàn sức lực cho những tình khúc tiền-chiến bất-hủ, những giòng nhạc Ngô Thụy Miên ngọt lịm. Những tình-tự dân tộc không những chỉ vang lên trong thính trường đó mà còn truyền đi khắp nơi, bao trùm cả một khung trời bát ngát bao la qua những máy khuếch đại âm-thanh treo trên những cành cây, những cột điện.

Có nhiều người đã khóc. Tiếng khóc hòa với tiếng vỗ tay. Có những tiếng khóc biến thành lời ca, có những tiếng khóc không thành lời trên phím đàn. Những giọt lệ âm thầm nhỏ xuống môi khô vì nhớ nhà, nhớ quê, nhớ vợ dại con thơ, nhớ chồng trong tù, thương con chìm sâu đáy biển.

Không cần ghế bọc nhung của một rạp hát sang trọng, không cần hệ-thống âm-thanh đắt tiền, không cần ánh sáng nhấp nháy, không cần ban nhạc đại-hòa-tấu, chỉ có hai người hát mà có tới hơn hai mươi ngàn khán thính giả ngồi trên cỏ say mê nghe, vỗ tay như pháo nổ thì làm sao mà quên được.

Đã hơn 45 năm qua, những hình ảnh Đức chụp trong Fort Chaffee *(**bằng máy chụp hình Yashica Electro 35 kiểu cổ lỗ sĩ**)* đã mờ nhạt đi, nhưng dường như hình bóng Khánh Ly, Sỹ Phú vẫn còn sáng rõ trong tâm hồn người tị nạn.

Gần 20,000 đồng bào trên đường đến nghe Khánh Ly và Sỹ Phú hát.

Khánh Ly-6/1975

Chương 2

Những Ngày Đầu Tiên Trên Đất Mỹ

Sáng nay, Đức gặp Cúc trong PX của trại tị nạn. Cúc nhìn những dụng cụ sửa chữa trong xe của Đức, giọng thật buồn:

- Anh nhất định ra khỏi trại, không chịu gia nhập quân đội Mỹ?

Đức thở dài:

- Anh thích quân đội Mỹ nhưng mỗi khi nhìn thấy bộ quân phục, anh lại nghĩ đến chiến tranh Việt Nam, nghĩ tới quân đội mình bị bức tử một cách vô cùng bất công và bất nhân, anh đau khổ lắm… Anh phải làm lại cuộc đời. Anh biết chút ít về máy móc, hy vọng ra khỏi trại, tìm được việc làm tại các hãng xe hơi hay các tiệm sửa xe, cây săng.

Cúc nắm tay Đức, nghẹn ngào:

- Nếu anh đổi ý, gọi em. Chồng em quen rất nhiều Sĩ Quan Cao Cấp trong Pentagon, sẽ giúp anh gia nhập quân đội Mỹ dễ dàng, nhất là anh đã thụ huấn trong Trường Quân Cụ Mỹ và làm cho Liên Đoàn 96 Dân Sự Vụ mấy tháng nay...

Đức biết chồng của Cúc, Đại Tá Wilson, Liên Đoàn Trưởng Liên Đoàn 96 rất quý trọng các Sĩ Quan Việt Nam và luôn luôn hối thúc các Sĩ Quan Việt Nam đang làm việc với ông trong trại Tị Nạn làm đơn xin gia nhập quân đội Mỹ. Đức an ủi Cúc:

- Anh hứa sẽ gọi Cúc nếu anh không tìm được việc làm ở Washington, D.C.

Nói xong, Đức vội vàng đẩy chiếc xe của PX ra cửa, như chạy trốn đôi mắt buồn của một người đồng hương, đã thân thiết với Đức bao lâu nay, đã nấu những món ăn đặc biệt miền Nam cho nhóm Sĩ Quan Việt Nam ăn mấy tháng nay.

***

Đến Virginia, Đức tìm được việc làm trong hãng Toyota ngay, nhờ nói tiếng Anh trôi chảy và giấy chứng nhận cùng thư giới thiệu của Thiếu Tướng Chỉ Huy Trưởng Trại Tị Nạn Fort Chaffee.

Nhưng chỉ làm được vài tháng là Đức biết mình không đủ sức!

Đơn vị sửa chữa quân xa của mình, thường thường có ba người, phụ giúp nhau trong những việc nặng nhọc. Nhưng trong hãng Toyota, người thợ làm riêng biệt, không ai phụ ai. Nhiều cơ phận như hộp số, bánh xe... Đức không khiêng nổi. Cố gắng được vài tháng, Đức bị ho ra máu, đành xin nghỉ việc!

Đức xin làm cho cây săng Mobil. Chủ cây săng là một người Tầu. Ông ta mướn Đức ngay vì Đức cũng biết vài câu tiếng Tầu "nị hảo má", "xia xia nị"... nhưng ngoài việc sửa xe, Đức còn phải bơm săng và được trả lương ba đồng bẩy lăm ($3.75) trong khi lương tối thiểu là bốn đồng hai mươi lăm ($4.25).

Bơm săng thì chẳng có gì nặng nhọc nhưng vào mùa Đông rét mướt, dưới Zero độ, mang mấy bao tay mà bàn tay vẫn lạnh buốt, cầm cái vòi bơm không nổi! Đức bị cảm lạnh, ho mấy tuần mới hết!

Một hôm, trên đường về, quá đói và lạnh, Đức ghé vào tiệm Gà Chiên Kentucky, mua một hộp gà chiên, một bịch khoai Tây chiên ăn cho đỡ đói. Thấy có tấm bảng Help Wanted dán trên tường, Đức xin gặp ông Quản Lý.

Ông Quản Lý Mỹ Trắng thấy Đức mặc bộ đồ của thợ máy, dầu mỡ lem luốc thì hỏi bằng một giọng lạnh lùng:

- Anh làm thợ máy cho cây săng Mobil mà xin việc nấu bếp? Anh có nấu nướng bao giờ chưa?

Đức trả lời tỉnh bơ:

- Bên xứ tôi, đàn ông ít khi nấu bếp, cho nên tôi chỉ biết luộc trứng! Tuy nhiên tôi có thể học và hứa với ông tôi sẽ học rất nhanh!

Ông Quản Lý Mỹ Trắng cười toe và đưa Đức một xấp giấy tờ:

- *OK, you're hired!* Mang những giấy tờ bảo hiểm sức khỏe, lương bổng, tiền hưu này về, điền đầy đủ, ngày mai mang lại đây rồi học việc luôn.

Manager trẻ tuổi, đẹp trai Duc Nguyen trong một Party của Hyatt Arlington, VA (1976)

***

Sau khi hai thùng gà ướp lạnh đã được thẩy lên bàn, James chỉ cho Đức cách trộn gà với bột, tiêu và một số gia vị làm riêng cho công ty Kentucky Fried Chicken, không mua được ở bất cứ đâu, giống như thuốc ho bà Lang Trọc gia-truyền bên xứ ta vậy. Tiếp theo đó, gà tẩm bột và gia vị được bỏ vào 12 máy chiên. James điều chỉnh đồng hồ trên máy cho đúng 15 phút. Khi số lượng thịt gà cuối cùng được bỏ vào máy số 12 thì thịt gà trong đồng hồ trên máy số 1 kêu te te, báo hiệu thịt gà đã chín. James xúc những miếng thịt gà vàng, thơm phức ra từng khay nhôm.James bốc hai đùi gà còn nóng hổi, đưa cho Đức một cái và nhồm nhoàm nhai một cái, vừa nhai vừa nói:

- *"Good! This is the best fried chicken in the whole wide world!"*

Phải công nhận gà vừa chiên xong, còn "nóng hổi vừa thổi vừa ăn" thật là ngon. Nếm xong hai cái đùi gà, James và Đức bưng những khay gà nóng hổi ra quầy trước, cho các cô bán hàng trẻ trung, trong đồng phục đỏ, đã có mặt từ bao giờ, Đức mải làm, không hay biết.

James lại dẫn Đức vào kho nhưng kỳ này lấy hamburger và khoai Tây đến lò nướng và James "biểu diễn" lật hamburger thật nhanh và thật gọn cho Đức xem. Đức đã thấy mấy anh đầu bếp trong nhà ăn Sĩ Quan của Trường Quân Cụ và Fort Chaffee lật hamburger nhiều lần rồi đây không phải là chuyện lạ, chỉ sau 15 phút là Đức làm được ngay.

Chỉ sau một tuần làm việc, Đức đã biết chiên gà, chiên khoai, nướng hamburger, quét dọn nhà vệ sinh, hút bụi nhà hàng, xịt nước rửa parking lot. Đặc biệt hơn nữa là hôm nào James nghỉ, Đức thay James chiên gà thì thực khách rất thích gà do Đức chiên. Nó vàng óng, ngọt, mềm, không đen, cháy, khô như gà chiên của James.

Khách hàng viết comment, gửi cho ông Quản Lý John Gino. Ông Gino rất hài lòng và hỏi Đức bí quyết chiên gà. Đức thành thật nói:

- Thưa ông, khi James chiên, James để đúng 15 phút cho tất cả 12 máy. Riêng tôi, sau vài ngày làm việc, tôi thấy độ chín của mỗi máy khác nhau, có thể vì mỡ cũ hay mới, có thể vì hệ thống phát nhiệt khác nhau nên tùy theo máy chiên, tôi set up 13,14,15 hay 16 phút. Do đó, dù thời gian chiên khác nhau nhưng gà chín như nhau, không quá khô, không quá đen...

Ông Gino rất khâm phục Đức và hứa sẽ gửi Đức lên Philadelphia, theo học một khóa Management đặc biệt của Kentucky Fried Chicken University và sẽ để nghị cho Đức lên chức Manager, sau khi tốt nghiệp.

Đức được gửi đi các tiệm Kentucky Fried Chicken trong vùng: Columbia Pike, Glebe Rd, Lee Highway, Chantilly, Centerville để huấn luyện các đầu bếp cách chiên gà. Đức rất vui khi nghĩ tới một ngày gần đây sẽ được đi học để trở thành Manager.

Đức vui không phải vì ham chức Manager nhưng Đức được James cho biết: James làm cho công ty 11 năm rồi mà lương cũng chỉ tăng từ bốn đồng ($4.00) lên bẩy đồng ($7.00); nếu Đức cứ làm như James thì 11 năm nữa, lương của Đức cũng chỉ tăng được vài đồng một giờ, có lẽ cao nhất là sáu đồng bẩy lăm ($6.75). Nếu Đức được lên chức Manager thì chắc chắn sẽ không phải lãnh lương giờ và sẽ có nhiều quyền lợi hơn, có thể chu cấp cho gia đình, vợ con sau này và có thể gửi về cho chị dâu để nuôi một người anh- Bác Sĩ Quân Y- đang ở trong tù và một người cha già - trước là Giáo-Sư- đang phải bán vé số để sống.

Nhưng thời gian lặng lẽ trôi. Ông Gino quên lời hứa. Ông sợ nếu gửi Đức đi học lớp Quản Trị thì không còn ai chiên gà ngon lành như Đức và nhà hàng của ông sẽ không còn đông khách nữa. Đức rất buồn vì dù sao ông Gino cũng là người giúp đỡ Đức từ những ngày đầu tiên sống trong bơ vơ trên xứ người.

Hyatt Arlington: Khởi Đầu Của Cuộc Đời Mới

Nhi và Long, hai người bạn thuê chung basement với Đức cho hay Arlington Career Center mới ra một thông cáo về một số lớp học miễn phí cho đồng bào tị nạn. Đang chán nản với nghề chiên gà, Đức lật đật đến Career Center ngay. Đồng bào ta đứng đầy hành lang của Trung Tâm Huấn Nghệ. Đức gặp một số người quen: hai anh em Hoàng Kim, Hoàng Nam, cựu Phi Công đang hí hoáy làm đơn, xin học lớp Computer, bà Giáo Sư Tuyết ghi danh học nghề cắt tóc, Trung Tướng Tôn và Trưởng Phòng Thông Tin Chi, Giáo Sư Thế ... ghi danh học lớp Hotel & Restaurant Management. *"Ồ, lớp này có vẻ hấp dẫn đấy!"*

Đức nhớ lại hồi đi học trong Trường Quân Cụ, xem phim Hotel và rất thích vai trò của Tổng Quản Lý: ăn mặc tươm tất, lịch lãm, không phải làm lụng vất vả như chiên gà, nướng hamburger... chùi cầu tiêu, quét dọn bãi đậu xe, lương thì ba cọc ba đồng như Đức, mà suốt ngày đi tới đi lui gặp toàn đàn bà đẹp...

Thế là Đức xin học lớp Quản Trị Nhà Hàng và Khách Sạn tại Trường Lewis, tọa lạc ngay tại WashingtonCircle, vào buổi tối, từ 6 đến 10 giờ.

Nhờ vậy, Đức vẫn giữ việc chiên gà tại Kentucky Fried Chicken: tuy được tiền nhưng cũng mệt vì sau 8 tiếng, có khi hơn vì làm over-time, lại ngồi trong lớp 4 tiếng nữa, nhiều khi Đức ngủ gục trên xe bus, nếu tài xế xe bus không gọi dậy thì chắc là chàng đi tới trạm cuối cùng, ở đâu đó, không hề biết!...

Nhờ dành dụm và nhất là không tốn tiền ăn vì được ăn "chùa" trong tiệm ăn, Đức mua được một chiếc xe con cóc cũ, giá 500 đô của một người quen với ông Sponsor trong Nhà Thờ. Xe cũ nhưng Đức biết sơ sơ về tu bổ, bảo trì nên cũng không lo cho lắm.

Trong lớp "Quản Trị Khách Sạn" có vài người Việt, có một ông Tướng họ Tôn, nghe nói trước kia là một Tư Lệnh Vùng, hay cầm ba-toong đánh lính nên Đức không có cảm tình cho lắm nên chỉ chào hỏi qua loa; có ông Đỗ Đình Chi là cựu Trưởng Phòng Thông Tin HTĐ, là anh của Nhạc Sĩ Tây Ban Cầm Đỗ Đình Phong, Đức quen biết từ hồi còn đi học nên đôi khi trò chuyện trong giờ giải lao; Có một ông tên Thế tự nhận là Giáo Sư Anh Văn nên luôn luôn đặt câu hỏi với các Giáo Sư làm mất rất nhiều thời giờ giảng dạy. Cô sinh viên người Hồng Kông tên Jade,ngồi bên cạnh Đức đã nhiều lần nhờ Đức bảo Thế đừng hỏi nữa vì theo Jade những câu hỏi của Thế quá dài giòng, chẳng ai hiểu gì cả!

Tiếng Anh của Jade rất khá và cô ghi chép lời giảng của cac Giáo Sư rất đầy đủ nên hôm nào Đức không đi học được vì phải làm thêm giờ ở tiệm ăn, Đức phải mượn notes của Jade để chép lại.Để cám ơn Jade, Đức thường đưa Jade về, sau giờ học vì nhà trọ của Jade cũng không xa trường cho lắm.Nhiều tối,Jade mời Đức vào phòng trọ của nàng, uống cà-phê nhưng Đức từ chối lấy cớ phải về vì ngày mai phải đi làm sớm.Trong suốt một năm học Jade và Đức trở thành một đôi bạn thân nhưng chưa một lần Đức vào phòng Jade. Sau khi màn khóa, Jade trở về Hông Kông ngay.Đến lúc ấy, Đức mới thấy nuối tiếc…

Nhờ có xe lái đi học nên một hôm, trên đường đi học về, Đức thấy Hotel Hyatt Arlington đang xây cất ở cuối đường Wilson, thuộc thị trấn Rosslyn.

Dù chưa học xong lớp Quản Trị Khách Sạn nhưng Đức cũng nhào vào Phòng Nhân Viên, xin việc làm.

Bà Giám Đốc Phòng Nhân Viên, còn rất trẻ, nghe Đức nói là người Việt Tị Nạn thì tỏ ra rất ân cần:

- Hotel chưa xây xong nên chưa cần người ngay nhưng ông có thể làm cho công ty xây cất. Họ đang cần người dọn dẹp, đổ rác hàng ngày và họ trả lương khá cao: 12 dollars một giờ. Để tôi đưa ông sang văn phòng của công ty xây cất, ngay bên cạnh đây.

Nói xong, bà Giám Đốc dẫn Đức sang văn phòng ông Kiến Trúc Sư, Giám Đốc công ty xây cất Nova. Đức được mướn ngay lập tức. Công việc của Đức là nhặt nhạnh những vật liệu dư, thùng giấy, do các nhân viên xây cất để lại, bỏ vào thùng rác phía sau khách sạn.

Kể từ ngày ấy, Đức làm tại Hyatt Arlington Hotel dù chưa chính thức là nhân viên của khách sạn.

Tốt nghiệp lớp Hotel & Restaurant Management chưa đầy một tuần, Đức nhận được điện-thoại của Hyatt Arlington gọi đến để interview. Đức hí hửng lôi bộ quần áo đẹp nhất, mua từ PX của Fort Chaffee (với giá rẻ và miễn thuế) ra diện, phoong phoong lái chiếc Beetle đã được lau chùi láng cóng, đến Hyatt Arlington.

Bà Helene-thực ra phải gọi là cô vì còn quá trẻ, Trưởng Phòng Nhân Viên, sau khi đưa Đức các giấy tờ cần thiết để điển, dẫn Đức sang văn phòng của Housekeeping Director. Trên cánh cửa của Director có gắn bảng tên Ken Harris.

Ken là một người Mỹ trắng, cũng còn rất trẻ và đẹp trai, với mái tóc blond bồng bềnh, không giống như những Housekeeping Director trong sách vở phần lớn là đàn bà. Sau mấy phút đọc resumé của Đức, Ken dẫn Đức vào một Phòng Giặt rộng lớn với 4 máy giặt, 4 máy xấy, 2 máy gấp khăn trải giường và nói:

- Hotel có in-house Laundry Room nên bớt được phí tổn gửi đồ ra ngoài, cho các công-ty giặt ủi nhưng chúng ta rất bận rộn và Phòng Giặt luôn luôn phải có nhân viên làm việc từ 6 giờ sáng đến 12 giờ đêm.Tôi cho ông làm Housekeeping Supervisor và đồng thời kiêm luôn Laundry Room Supervisor. Ông được trả lương $13.00 một giờ và nếu Hotel cần, ông sẽ làm over-time, lương bằng một rưỡi lương căn bản, là $19.50.

Nhiệm vụ của Housekeeping Supervisor không có gì khó khăn: phần lớn là kiểm soát việc làm của các nhân viên làm phòng, được gọi là Room Cleaner, Housekeeper, không gọi là "maid" hay "bồi phòng" như thuở xưa nữa. Mỗi Housekeeper làm 16 phòng, trong 8 giờ một ngày gồm những việc: thay khăn trải giường, khăn tắm, chùi dọn phòng vệ sinh, thay các vật liệu trong phòng tắm, hút bụi...

Một Supervisor kiểm soát trên dưới 10 Housekeeper, có nghĩa là ít nhất cũng phải kiểm soát 160 phòng, sau khi đã được dọn dẹp, xem có đúng tiêu chuẩn của khách sạn hạng sang hay không.

Những sai lầm, thiếu sót được ghi lên phiếu kiểm soát và các Housekeepers được lệnh trở lại phòng để bổ túc, sửa chữa sai lầm. Sau đó, phòng mới được báo cáo là "vacant ready" để có thể tiếp đón khách mới.

Kiểm soát thì dễ nhưng chỉ những sai lầm, gọi các Housekeepers, bắt các nàng trở lại sửa các sai lầm thì rất... rắc rối!

Có hai Housekeepers Thái Lan, vợ của lính Mỹ tên Duao và Julie rất to con và du côn. Một lần, khi Đức gọi hai nàng, trở lại phòng của họ để bổ túc một số việc làm cẩu thả, hai nàng đóng cửa phòng, hè nhau bế thốc Đức lên giường, tính kéo quần Đức xuống và cười hô hố:

- "Bể cho nó chết, không check room được nữa"!!!

Sau "tai nạn" ấy, Đức xin Ken, Director Housekeeping, đổi hai tên nặc nô ấy sang lầu khác, làm việc với bà Supervisor Mỹ Đen Francis.

Chương 4

Giám Thị Bồi Phòng

Trong số Housekeepers, có một số người Việt Nam, một số Tầu, phần lớn là Đại Hàn, Mỹ Đen và Nam Mỹ.

Phụ nữ Việt phần lớn "liễu yếu đào tơ", không vai u thịt bắp như đàn bà Sì hay "trâu bò" như Đại Hàn... nên làm 16 phòng không nổi, Đức luôn luôn phải cho nhân viên của Phòng Giặt lên giúp. Đã thế, lại không muốn làm Thứ Bảy Chủ Nhật. Một vài cô Sinh Viên nhỏ bé, không làm nổi 10 phòng, nói chi đến 16 phòng, Đức cắt cho những việc nhẹ như làm Phòng Giặt hay "turn down service": mở chăn trải giường, để kẹo bạc hà và thiệp "good night" trên gối cho những phòng sẽ có khách tới.

Có một cô tên Hảo, rất xinh, rất nhí nhảnh, mới vào làm được hai tuần đã đòi nghỉ cuối tuần. Đức giảng giải:

- Cô mới vô làm, nếu cho cô nghỉ cuối tuần thì những người đã vào làm trước cô sẽ than phiền, kiện cáo ngay. Tôi làm Thời Khoá Biểu theo thâm niên, những người làm lâu được nghỉ cuối tuần, mong cô hiểu cho.

Đức tưởng chuyện ấy đã xong nhưng bất thình lình Hảo xin nghỉ việc. Một hôm, gặp bà Giáo Tuyết, ở khu chợ Á Châu, bà cho biết: Hảo đến tiệm của bà làm tóc và nói xấu Đức nhiều lắm. Hảo nói: "Giám Thị Bồi Phòng" mà làm phách!...

Đức nghe vậy nhưng không giận cũng không buồn mà lại cảm thấy nhẹ nhõm như trút được một gánh nặng vì Hảo chính là người làm chậm, luôn luôn Đức phải cho người giúp. Đã có lần bà Hai, nhân viên Phòng Giặt bảo Đức: "Thầy kệ nó, cứ bắt tụi tui làm phụ nó hoài, nó quen thói lười biếng rồi Thầy sẽ bị mang tiếng bởi vì nó nói với mọi người là Thầy mê nó..."

***

Ken Harris, Housekeeping Director, làm được ba tháng thì thuyên chuyển đi Tiểu Bang khác. Helene Thompson, Human Resourses Director cũng thuyên chuyển cùng với Ken, về Florida, mở một Hyatt Hotel mới. Họ là những Managers trẻ, thuộc nhóm "Opening Team", có nhiệm vụ thiết lập những khách sạn mới cho đến khi những cơ sở này có thể sinh hoạt đều đặn, bình thường thì họ lại lên đường. (Theo một vài rumors thì Ken và Helene là bồ của nhau. Họ đều tốt nghiệp Đại Học Cornell, yêu nhau từ trong trường, xin làm cùng Hotel để có dịp gần nhau và làm trong "Opening Team" để được đi đây đi đó, không phải lo chỗ ăn, chỗ ở, kể như là đi hưởng tuần trăng mật miễn phí. ***Thật là great idea!***).

Trong thời gian khách sạn chưa có Housekeeping Director, Mr Sheldon Ford, Tổng Quản Lý ra một thông cáo bổ nhiệm Đức làm Giám Đốc tạm thời. Để phụ Đức, ông Ford tăng cường cho Đức một cô Intern, đang học năm thứ hai, môn Quản Trị Khách Sạn và Nhà Hàng ở Đại Học Cornell, tên là Kelly Johnson, mới ngoài 20, tóc vàng, mắt xanh, thân hình đẹp như người mẫu của Victoria Secret.

Hàng ngày, Đức dạy Kelly làm bảng phân công cho các Housekeepers, làm phiếu kế toán lương, làm phiếu đặt hàng tiếp liệu như soap, shampoo, body lotion, toilet paper, napkin, glass, coffee..., sau đó, Kelly theo Đức đi kiểm soát phòng. Đức chỉ dẫn Kelly từng ly từng tí. Có lúc, hai người đứng sát nhau trong phòng tắm, Đức cảm thấy hơi ấm từ người Kelly và ngây ngất vì hương thơm từ mái tóc, từ quần áo nàng...

Kiểm soát 160 phòng không còn là một công việc nhàm chán nữa! Kelly luôn luôn cười vui và tỏ ý ngạc nhiên, thích thú về những vấn đề mà Đức nói với nàng, khác xa những đề tài mà Kelly học trong trường, đọc trong sách vở. Từ ngày Ken đi, Đức lên làm "Quyền Giám Đốc", Đức được tăng lương và không lãnh lương giờ nữa. Đức luôn luôn làm trễ và đôi khi ăn tối trong khách sạn với Kelly vì Kelly được ăn ở trong khách sạn hoàn toàn miễn phí trong suốt thời gian cô học nghể.

Tuy nhiên, có một sự kiện mới xẩy ra: Housekeeping Director từ New York đã đến nhận việc hôm nay. Tên ông ta là Al Shahee, nghe tên biết ngay là dân Trung Đông. Al khoảng 30 tuổi, người cao ráo, da trắng, tóc đen, điệu bộ có vẻ tay chơi vì cổ tay đeo vòng vàng sáng chói, quần áo rất "à la mode". Có một điều rất lạ là Al không làm cho Grand Hyatt ở New York mà làm cho công-ty Ritz, người có cổ phần nhiều nhất là của vua Ả rập, ở Long Island.

Chương 5

Tân Giám Đốc

Sau khi được Đức giới-thiệu với Kelly- cô Intern xinh đẹp- thì Al Shahee dường như ngất ngây như anh say rượu. Hắn rủ Kelly đi uống cà-phê ngay lập tức. Dĩ nhiên là Kelly phải nhận lời để làm vui lòng ông Xếp mới. Al đưa nàng ra khu parking dành riêng cho Management. Hai người bước lên một chiếc BMW bỏ mui, mới toanh và phóng ra khỏi khách sạn như gió cuốn.

Sau ngày sau đó, Al bảo Đức:

- Anh trông nom Department như cũ để tôi huấn luyện Kelly cho.

Thế là Đức lãnh đủ. Bao nhiêu việc của Director như dự trù số khách cho tháng tới, chiết tính lời lỗ, ước lượng chi phí của tiếp liệu trong tam cá nguyệt tới... để báo cáo lên Bộ Chỉ Huy của công ty Hyatt trên Chicago...Đức phải làm, mò mẫm làm vì Ken chưa bao giờ chỉ dẫn cho Đức. Ngoài ra, Đức vẫn phải kiểm soát gần 160 phòng một ngày, vẫn phải đốc thúc nhân viên Phòng Giặt làm việc không ngừng để có đủ khăn trải giường, khăn tắm sạch sẽ để mang lên các kho tiếp liệu của từng lầu.

Khách sạn có 15 tầng: tầng 1,2,3 là các văn phòng: Sales, Catering & Banquet, Excecutives, Human Resources, Accounting..., từ 4 đến 15 là phòng ngủ, đặc biệt không có lầu 13 vì số 13 là số xui (?!).

Lầu 15 là lầu sang trọng với những Suites Capital, President, Royal, Emperror..., mỗi suite thường có 3 phòng: phòng lớn với King size bed cho cha mẹ, phòng khách với Bar rượu, bếp, Grand Piano và phòng nhỏ với 2 giường Double beds, thường dùng cho trẻ em.

Đức được Ken chỉ định trông nom 4 tầng lầu 11,12,14,15 vì tin tưởng Đức có khả năng và thiện chí để giữ gìn những lầu này một cách tốt đẹp.Đức cũng thích trông nom những tầng lầu này vì đôi khi, trong giờ nghỉ, Đức thường vào mấy Suites không có khách để tập đàn Piano. Do đó, những phòng trên các lầu 11,12,14,15 là những phòng sạch sẽ, đúng tiêu chuẩn nhất của công ty. Đặc biệt hơn nữa là những kho tiếp liệu trên mỗi tầng lúc nào cũng đầy ắp, các Housekeepers không bao giờ phải than phiền thiếu khăn, thiếu áo gối, thiếu xà bông, thuốc gội đầu.

Đức coi sóc, trông nom những tầng lầu này, những phòng ốc này như nhà của mình. Mỗi ngày, trước khi về, Đức thường hay đi một vòng, không dùng thang máy, mà đi bộ theo những bậc thang, từ lầu 15 trở xuống. Đôi khi thấy thảm còn dơ, Đức lấy máy hút bụi hút cho sạch trơn rồi mới yên tâm ra về.

Vậy mà không biết vì lý do gì, Al cho Francis, bà Giám Thị Mỹ Đen lên giám thị lầu 11,12,14,15 và đổi Đức xuống khu vực của Francis gồm các tầng lầu 4,5,6,7. Còn lại các 3 lầu 8,9,10 Al trao cho Larry, một Giám Thị Mỹ Trắng.

Rời khu vực và các Housekeeper thân quen, Đức rất buồn. Buồn nhất là hôm nay, kiểm soát kho tiếp liệu của các tầng 4,5,6,7 Đức thấy kho hoàn toàn trống rỗng: kệ chứa khăn trải giường, khăn tắm, khăn tay, áo gối không có một tí gì. Các hộc đựng thuốc gội đầu, thuốc bổ tóc, nước súc miệng, bông vệ sinh, dao cạo, mũ tắm của quý bà... không còn bao nhiêu!

Anh chàng Houseman Mỹ Đen- nhân viên có nhiệm vụ mang hàng tồn kho- hôm nay, gọi điện thoại vào xin nghỉ, có lẽ vì trời lạnh, không muốn đi làm. Không muốn Housekeepers la lối, kêu ca vì thiếu tiếp liệu, Đức mượn xe (cart) từ Phòng Giặt đẩy tiếp liệu lên từng kho trên lầu. Kho tiếp liệu không có hệ thống sưởi, lạnh thấu xương. Nước mắt, nước mũi Đức liên tục chảy ra, chùi không hết. Có một lúc, xe tiếp liệu đẩy trên thảm quá nặng, Đức phải còng lưng, gồng mình mới đẩy được xe đi. Đức biết mình đã khóc. Nhưng nhớ đến anh đang trong tù và cha già đang bán vé số ở quê nhà, Đức đành nuốt nước mắt...

Hành lang trên các lầu 4,5,6,7 đầy rác rến, bụi bậm mà trong kho tiếp liệu không có máy hút bụi. Đức chợt nhớ đến máy hút bụi Kenmore mới tinh mà Đức để trong kho hàng của lầu 15. Khi Đức vừa lên đến lầu 15, Đức thấy Al và Kelly từ trong Presidential Suite đi ra, quần áo Al sốc sếch và tóc tai Kelly sõa tung, rối bời. Bây giờ thì Đức hiểu tại sao Al không muốn Đức làm Giám Thị của lầu 15.

Khoảng một tuần sau, Al xin phép ông Tổng Quản Lý Sheldon Ford về thăm Mẹ đang đau nặng ở New York và Kelly xin phép về trường Đại Học Cornell ở Ithaca, New York để bổ túc hồ sơ xin học bổng. Ngay sau ngày Al rời khách sạn về thăm Mẹ đau nặng thì Mẹ Al gọi phone về khách sạn. Tổng đài không biết Al ở đâu, chuyển đường giây của "bà Mẹ đau nặng" đến ông Tổng Quản Lý Sheldon Ford, thành ra ông Ford mới biết là Al đi chơi, đâu có về thăm Mẹ!

Sáng Thứ Hai, Kelly trở lại khách sạn với khuôn mặt tươi rói, rám nắng. Một đứa con nít cũng biết Ithica ở New York mùa này rất lạnh, không ai đi bơi và Ithaca không có biển.

Ông Sheldon Ford không phải là một đứa con nít. Dù tính ông rất tốt và hiền, ông Ford đã mời Al Shahee và Kelly Johnson đi chỗ khác chơi...

Ông Sheldon Ford lại viết một thông cáo mới bổ nhiệm Đức làm Housekeeping Director và kỳ này là Director thực thụ chứ không là tạm thời nữa. Nhưng Đức không nhận chức vụ ấy vì e rằng một ngày đẹp trời nào đó, cô Hảo sẽ nói ***"Giám Đốc Bồi Phòng mà làm phách!"***

Chương 6

Little Saigon

Ông Tổng Quản Lý Sheldon Ford là con nhà nghèo. Học hết bậc Trung Học, ông tình nguyện đi lính và đã tham chiến ở Việt Nam từ 1961-1965. Sau 4 năm phục vụ quân đội, ông được thăng cấp Trung Sĩ và xin được học bổng theo học 4 năm ở Đại Học Cornell. Sau khi ra trường, ông xin làm cho công ty Hyatt, ông được tuyển dụng ngay và được thăng chức rất nhanh vì President của công ty cũng tốt nghiệp Cornell về môn Quản Trị Khách Sạn và Nhà Hàng.

Vào lúc 7:05 am hôm nay, ông Tổng Quản Lý Ford đến Housekeeping office. Đứng trước mặt Đức, ông Ford đứng nghiêm, chào Đức theo kiểu nhà binh:

- Good morning Captain Đức!

Đức ra lệnh cho Trung Sĩ Ford "nghỉ" rồi tươi cươi mời ông ngồi và mời ông một ly cà-phê mới pha, thơm phức. Ông Ford nhấp vài hớp cà-phê rồi hỏi:

- Tại sao anh không nhận chức Housekeeping Director? Cả Executive Commitee đều biết anh xứng đáng: anh làm việc chăm chỉ, tất cả nhân viên đều quí mến anh. Có nhiều tối vợ chồng chúng tôi đi chơi về, vẫn thấy anh cặm cụi làm việc, nhiều khi còn hút bụi hành lang, đổ rác ngoài lobby. Anh mải làm việc, không để ý nhưng chúng tôi biết hết đấy. Đáng lẽ tôi thăng chức cho anh từ lúc Ken đi nhưng Bộ Chỉ Huy muốn cho Al Shahee về đây học việc vì thực sự Al làm cho

Ritz, không biết gì về hệ thống tổ chức của Hyatt. Bố của Al là dân Ả Rập, chủ công ty săng Amco, có cổ phần với Ritz và đang tính mua Hyatt...

"À thảo nào Al lộng hành như ông Trời con! Tội nghiệp Kelly: Thằng Ả Rập đó chắc phải có cả chục vợ bên xứ nó rồi!" Đức thoáng nghĩ rất nhanh và tỏ ra rất cảm động về những nhận xét của ông Ford.

- Cám ơn ông. Sở dĩ tôi không dám nhận vì thứ nhất Anh ngữ của tôi còn kém, không đủ hiểu biết để làm những báo cáo tài chánh, thuế vụ, bảng tổng kết lời lỗ hàng tháng..., thứ hai, tôi muốn có thời giờ đi học thêm về Kế Toán vì tôi là Huấn Luyện Viên Kế Toán & Tiếp Liệu trong quân đội ngày xưa...

Ông Tổng Quản Lý Sheldon Ford vỗ vai Đức cười to:

- "Chiện nhỏ!" Hotel sẽ cấp học bổng cho anh đi học Anh ngữ, Kế Toán, hoặc bất cứ môn gì anh cần như Spanish chẳng hạn.

Đức hết đường từ chối. Chỉ chưa đầy 2 năm mà từ Giám Thị lên Giám Đốc, Đức nghĩ là mình quá may mắn...

Bà Giám Đốc phòng Nhân Viên đến tham dự Housekeeping Party do Đức tổ-chức: mời ban nhạc Blackstones đến trình diễn với Thanh Tùng, Paolo... (phía sau, trong hình).

Housekeeping Party mừng Giám Đốc mới, mời cả Hotel..

Sáng nay Gil Newman, Trưởng Phòng Nhân Viên mới của Khách Sạn (thay thế Helene Thompson), dẫn sang văn phòng của Đức một cô gái Đại Hàn, khá cao, tóc đen dài, mắt to, có một nốt ruồi ở khóe môi. Gil đưa cho Đức tờ résume của cô gái và nói nhỏ:

- Cô bé là sinh viên bên Seoul, mới sang Mỹ có vài tháng nên tiếng Anh còn kém lắm, tôi nói, nhiều khi cô ấy không hiểu và cô ấy nói, tôi cũng không hiểu luôn. Tùy ông, nếu thiếu người thì nhận.

Quay sang cô gái, Gil nói thật chậm:

- Kyong Sook, đây là ông Đức, Director. Ông Đức sẽ interview cô.

Kyong Sook nói một lô tiếng Đại Hàn, đại khái là "kamsa ham nida", Đức đoán là "cám ơn". Sau đó, là một màn đối thoại bằng tay giữa Đức và Kyong Sook.

May quá, Đức chợt nhớ là khách sạn có mấy Housekeepers người Đại Hàn làm việc hôm nay. Đức nhờ bà Hai trong phòng giặt lên lầu 15, gọi bà Yung Ja Kim xuống làm thông dịch viên cho Đức. Yung Ja Kim có chồng Mỹ nên tiếng Anh rất trôi chảy, có thể thông ngôn và huấn luyện Kyong Suk một cách dễ dàng.

Thế là Đức thu nhận Kyong Sook làm nhân viên "turndown service" với Lan, Xuân hai cô sinh viên trường Đại Học Cộng Đồng Nova vì Kyong Sook cũng như Lan, Xuân đều đi học ban ngày, chỉ có thể làm từ buổi chiều đến 10 đêm.

Khi Đức dẫn Kyong Sook về phòng Nhân Viên, qua hành lang khách sạn, mấy cô cashiers ở Front Desk nói với nhau nhưng cố tình cho Đức nghe thấy:

- Ông Giám Đốc trẻ tuổi đẹp giai có cô đào Củ Sâm sexy quá!

Ông Tổng Quản Lý và Trưởng Phòng Nhân Viên Hyatt Arlington rất thích người Việt tị nạn nên bất cứ người Việt Nam nào đến xin việc cũng được nhận vào làm, kể cả người Việt gốc Hoa. Riêng trong một tháng, khách sạn đã nhận 5 Housekeepers, 4 Housemen (nhân viên chuyển tiếp liệu từ tổng kho lên các kho trên mỗi tầng lầu, mang chăn mền, khăn trải giường, khăn tắm dơ xuống Phòng Giặt, phụ giúp Housekeepers trong việc đổ rác và những việc linh tinh khác...), 2 Turn down Housekeepers, 2 nhân viên quét dọn Lobby, 1 nhân viên trộn salad, 1 nhân viên rửa chén, 1 phụ bếp, 1 Front Desk cashier, 1 Hostess cho Nhà Hàng.

Gil đã nhờ Đức phụ-trách chương-trình Hướng Dẫn cho nhân viên mới. Gil chỉ việc phát flyers, brochures, chiếu phim về khách sạn rồi để Đức dẫn giải bằng tiếng Việt. Vui nhất là trong giờ ăn trưa, phòng ăn của nhân viên tràn ngập tiếng Việt. Đặc biệt hơn nữa, bà Hiền, một phụ nữ người Việt gốc Hoa, nhân viên nhà bếp, thỉnh thoảng còn nấu món mì xào thập cẩm cho đồng bào thưởng thức. Không ai có thể ngờ đây làm một "Employees' cafeteria" của một Hyatt Hotel, trong vùng Thủ-Đô Hoa-Thịnh-Đốn.

Tất cả Thời Khóa Biểu, bảng liệt kê nhiệm vụ của nhân viên, cách xử dụng các máy móc...của Housekeeping Department đều được Đức soạn bằng Việt ngữ. Trong số Housemen, chỉ có Hùng là Sinh Viên còn phần lớn là các anh em quân nhân Nhẩy Dù, Thủy Quân Lục Chiến, Bộ Binh.

Trong kỳ thanh-tra thường niên của Công Ty, thanh-tra bất thường về vệ sinh, an-ninh an-toàn của County, Hyatt Arlington được phê " Excellent", nhờ anh em quân nhân đã làm việc ngày đêm, gần một tuần không ngày nghỉ. Do đó, phái đoàn thanh tra có đeo bao tay trắng đi kiểm soát, rờ mó khắp nơi, kể cả đằng sau bồn đi cầu, cũng không tìm thấy một hạt bụi!

Sau thanh-tra, dĩ nhiên là Đức đưa anh em quân nhân sang China Garden bên kia đường ăn nhậu một chầu no nê. Ông Tổng Quản Lý Sheldon Ford và Executive Committee của ông đều vui mừng ra mặt vì Arlington County có mấy Thanh Tra rất hách xì xằng, lấy được một chữ "Excellent" có khi phải năn nỉ xùi bọt mép...

Thỉnh thoảng ông Ford ghé vào cafeteria ăn trưa với Đức và nhân viên. Ông "mê" món mì xào thập cẩm của bà Hiền. Một lần, ông cười, nói với Đức:

-Tôi tưởng mình đang ở Little Saigon.

***

Trước đây, Housekeeping có 3 Giám Thị: Đức, Francis và Larry Golstein, một Giám Thị trẻ, Mỹ Trắng, tóc đen hơi soăn, mũi khoằm như mũi ca sĩ Barbra Streisand, chắc chắn là dân Do Thái. Trong khi Đức và Francis phải trông nom 4 lầu, Larry chỉ phải kiểm soát 3 lầu 8,9,10.. Đức chưa kịp hỏi Ken sao lại phân công như thế thì Ken đã đổi đi. Đức sắp xếp lại: vì Francis phải trông nom lầu 15 là lầu dành riêng cho VIP với toàn là suites nên Đức giảm cho Francis 1 lầu, tăng 1 lầu cho Larry. Đức thăng chức cho Martha, từ Housekeeper lên Floor Supervisor trông coi 4 lầu: 4,5,6,7, thay Đức vì Đức là Director, bận rộn với nhiều việc khác, không phải kiểm soát 160 phòng một ngày nữa.

Larry dường như không quan tâm đến việc phải làm thêm một lầu. Ngoài ra, hàng ngày Đức đi kiểm soát các lầu đều thấy hành lang, phòng ốc trong phạm vi kiểm soát của Larry rất sạch sẽ, các kho tiếp liệu đều đầy đủ, ngăn nắp. Một hôm khách sạn vắng khách, nguyên lầu 8 bỏ trống thay vì Housemen sẽ phải giặt thảm, Đức rủ Larry giặt thảm thi mỗi người một máy Shampoo, giặt thảm 15 phòng, xem ai xong trước và phòng của ai sạch hơn. Ban Giám Khảo là Francis và Martha. Kết quả: Larry thắng Đức vì Larry trẻ hơn và khỏe hơn. Sau ngày ấy, Đức xin ông Tổng Quản Lý bổ nhiệm Larry vào chức vụ Phụ Tá Giám Đốc nhưng ông Ford chỉ cười:

- Larry đã có người xin rồi. Anh ta sẽ trở về Bộ Chỉ Huy của công-ty nay mai và sẽ có một công việc đặc biệt lắm.

Đức không dám hỏi thêm vì sợ ông Ford chê mình là người tò mò…Rồi chuyện về Larry cũng phai mờ đi trong tâm trí khi có bóng dáng cô Kyong Sook Kim luôn luôn ở ngay bên…

Vào một buổi chiều, khi nhân viên Phòng Giặt và Housekeepers đã về hết, và Đức đang ngồi làm lương cho nhân viên thì Kyong Sook đến. Nàng không mặc đồng phục Housekeeper mà mặc một bộ quần áo dạo phố rất đẹp, hở cổ, hở vai. Da thịt nàng trắng nõn nà. Mái tóc dài, mượt như nhung buông lơi trên vai thon. Đức ước gì mình là văn sĩ, có đủ chữ nghĩa để diễn tả vẻ đẹp của nàng. Giữa một Kyong Sook, nhân viên trong Housekeeping uniform và một cô gái Đại Hàn Kyong Sook trong y phục thời trang, Đức thấy có sự khác biệt trăm phần trăm. Đức thầm hỏi: "tại sao bao lâu nay mình không thấy nàng đẹp như bây giờ?".

Đức nhớ hôm nay là ngày nghỉ của Kyong Sook, tại sao nàng lại đến sở. Kyong Sook bước sát đến chỗ Đức ngồi, tươi cười:

- Sắp đến Tết rồi, em làm một ít Kim Chi và Mochi biếu Xếp. Đây là "homemade" Kim Chi và Mochi, mong Xếp thích!...

Đức rất thích Kim Chi nhất là vào những ngày lạnh, ăn với cháo nóng. Đức đón bọc quà trong tay. Kyong Sook và ghé môi, hôn nhẹ lên má nàng. Nhưng Kyong Sook đã quay đầu, để môi Đức chạm lên môi, thay vì lên má nàng.

Cả văn phòng Housekeeping trống vắng, tứ bề yên lặng, chỉ nghe thấy tiếng thở dồn dập và nhịp đập của hai con tim...

Chương 7

Đi Tìm Người Yêu

Sau buổi chiều vàng trong yêu thương hoang dại, đắm say nhưng hồi hộp, hạnh phúc nhưng ăn năn, Đức tìm gặp Kyong Sook. Trong Presidential Suite chỉ có hai người, Đức cầm tay Kyong Sook hôn lên tay nàng và run run nói:

- Tôi xin lỗi Kyong Sook, tôi thật là bậy, đáng lẽ tôi không được làm như thế!

Kyong Sook nắm chặt tay Đức, dịu dàng;

- Anh không có lỗi gì cả, lỗi tại em hết! Em yêu anh từ ngày đầu tiên mình gặp nhau và em luôn luôn cám ơn anh đã cho em việc làm, giúp đỡ em mấy tháng nay...

Giọng nói của Kyong Sook nghẹn ngào như sắp sửa khóc. Đức không dám đứng bên nàng lâu hơn nữa, dù chỉ một giây, một phút. Đức nói thật nhanh:

- Thôi, để em làm việc kẻo mấy bà Đại-Hàn trông thấy, họ dị nghị...

Nói chưa dứt lời, Đức vội vã bước ra Presidental Suite, trở về văn phòng vì Gil Newman, Trưởng Phòng Nhân Viên đã cho Đức biết là Giám Thị Larry Golstein được đổi về một khách sạn khác và hôm nay, Đức có hẹn với Gil để lựa chọn một Giám Thị mới trong xấp hồ sơ xin việc làm.

Đức ghé qua phòng "Human Resources" gặp Gil rồi hai người lên Restaurant ở tầng 2, dự tính vừa ăn vừa làm việc cho đỡ mất thời giờ.

Lisa Lê, cô Hostess mới của Nhà Hàng đang đứng ở phía trong, nói chuyện với mấy waiters, waitresses (người mình gọi là bồi bàn, nghe không được lịch sự cho lắm), thấy Gil và Đức thì vội vàng bước ra, đon đả:

- Xin chào hai thượng khách! Vẫn thích bàn số 9 ở gần cửa sổ?

Lisa Lê, người nhỏ bé, xinh xắn, nét mặt tươi, có một răng khểnh, cười rất có duyên. Mấy anh housemen gốc Bộ Binh cho biết Lisa là con gái út một Thiếu Tướng, đang bị cầm tù, bà Tướng vượt biên với một đàn con dại! Thật là chua xót cho thân phận phụ nữ Việt Nam trong thời loạn. Đức chỉ có thể giúp Lisa bằng cách yêu cầu Gil Newman mượn Lisa ngay, dù có nhiều người nộp đơn trước Lisa, nhiều kinh nghiệm hơn Lisa...

Trong xấp đơn xin việc, Gil và Đức chọn được ba người có khả năng để làm Giám Thị : một anh Mỹ đen, đang làm cho một Motel ven đường, có mộng làm cho khách sạng sang hơn; một cô Mỹ Trắng, Sinh Viên đang học tại Đại Học George Mason, bạn cùng lớp với Hùng và một bà Philippine, làm khách sạn ở Manilla, mới theo chồng về Mỹ. Đức đồng ý sẽ interview ba ứng viên càng sớm càng tốt vì bây giờ khách sạn đang đông khách, chỉ có hai Giám Thị Martha và Francis, Đức sợ họ kiểm soát không nổi 400 phòng.

***

Đức mất cả một buổi sáng hôm nay interview ba ứng viên cho chức vụ Giám Thị và Đức không vừa lòng với cả ba. Anh Mỹ Đen thì quá yếu, làm houseman cho Motel 8, không đủ tiêu chuẩn làm Supervisor cho một khách sạn hạng sang; Cô Sinh Viên Mỹ Trắng thì chỉ xin làm part-time vì còn đi học mà Đức cần một Supervisor full- time; Bà Phi-luật-Tân nói tiếng Anh rất khá, mới lấy chồng Mỹ nhưng chưa có thẻ Xanh.

Đang lúc Đức chán nản thì bà Hai, một người Việt gốc Hoa, nhân viên Phòng Giặt, dẫn vào một cô Trung Hoa, thoáng trông như ca sĩ Teresa Tang lúc còn trẻ. Đức hơi ngạc nhiên vì sự có mặt của cô gái Trung Hoa trẻ tuổi, xinh xinh này thì bà Hai, đứng ngoài cửa sổ, giống như drive-in của ngân hàng, nói vọng vào:

- Thầy còn cần Giám Thị không? Đây là Quỳnh Trân, cháu của tôi, mới từ Hồng Kông qua. Nó chạy sang Hồng Kông năm 75, được học bổng sang Mỹ học một năm về Quản Lý Khách Sạn , về Hồng Kông làm cho khách sạn Hyatt gần 2 năm, mới được sang Mỹ. Nó nói và đọc được tiếng Việt, thầy Đức ạ.

Đức đến gần cửa sổ, để nói với bà Hai và để nhìn cho rõ cô cháu gái của bà hơn. Gương mặt cô cháu của bà Hai trông rất quen. Đức chưa kịp nhận ra khuôn mặt quen thuộc ấy thì cô gái Hồng Kông đã kêu lên :

- *Oh my God, Mr Đức Nguyên ! This is Jade, your classmate in Hotel Management School. You don't recognize me?...*

Thì ra cháu của bà Hai, một người Việt gốc Hoa, là Jade-bạn học cùng lớp Hotel Management với Đức-và bây giờ là Quỳnh-Trân, một ứng viên xin làm Giám-Thị cho công-ty. Đức nói nhanh với bà Hai;

- Bà đưa cô cháu sang Phòng Nhân Viên điền đơn xin việc trước. Tôi sẽ sang Phòng Nhân Viên phỏng vấn cháu bà ngay.

Bà Hai nói một tràng tiếng Quan Thoại với Quỳnh Trân rồi hai bà cháu đưa nhau sang Phòng Nhân Viên. Đức không hiểu họ nói gì chỉ nghe thấy tiếng cười ròn rã của Quỳnh Trân…

***

Sáng nay, có một cựu Sĩ Quan Quân Cụ đến khách sạn xin việc làm trong ban Engineering. Bill, Director của ban Engineering dẫn vị Sĩ Quan đó đến gặp Đức. Trời đất: ngay từ phút giây đầu tiên nhìn thấy nhau, người đàn ông ấy và Đức cùng reo lên, mừng rỡ vì người đó là Thiếu Tá Chính, Chánh Văn Phòng của Đại Tá Cục Trưởng ngành Quân Cụ, người đã la lối Đức om xòm khi Đức về Cục thăm Xếp Lớn, cứ đi thẳng một lèo vào văn phòng Cục Trưởng mà không xin phép Thiếu Tá Chánh Văn Phòng.

Có lần tức quá, Đức đã cãi:

- Ông đừng la lối tôi! Cục Trưởng ngồi trong văn phòng, nhìn qua cửa kính, ngoắc tôi vào, tôi đâu có thời giờ ghé qua văn phòng của ông để xin phép!

Đại Tá Cục Trưởng của Đức là một nhạc sĩ nổi tiếng nên ông rất quý mến giới văn-nghệ-sĩ và những người "có máu văn-nghệ" như Đức. Ông có những cộng-tác viên như nhạc sĩ Hoàng Nguyên, nhà thơ Viên Linh…, có chương-trình phát thanh trên Đài Quân Đội, có tuần san Khởi Hành…và nhiều sinh-hoạt văn học nghệ thuật khác. Đức đã có dự định khi du học về, sẽ cộng tác với ban nhạc của ông, sau những giờ làm Huấn Luyện Viên tại quân trường…

Chính nhắc lại những kỷ niệm cũ, hỏi thăm Đức về khóa học của Đức, những ngày làm việc với quân đội Mỹ ở trại tị nạn Fort Chaffee. Đức hỏi thăm Chính về những người bạn

Quân Cụ hiện giờ ở đâu, cuộc sống của họ ra sao. Hai người trao đổi không biết bao nhiêu chuyện sau tháng 4, 1975. Họ đều cảm thấy vui mừng vì ngoài tình huynh đệ chi binh, còn là tình đồng hương, không ngờ gặp nhau ở nơi xứ lạ, quê người. Câu chuyện tưởng sẽ không bao giờ chấm dứt nhưng Bill nhắc Chính phải sang Phòng Nhân Viên bổ-túc hồ sơ. Đức tươi cười, nói với Bill:

- *"He's my senior officer. You're better hire him right now"*

Bill và Chính vừa ra khỏi văn phòng của Đức thì bà làm phòng Đại-Hàn tên Young Ja Kim bước đến, trao cho Đức một lá thư. Đức nhận ra nét chữ và mùi nước hoa quen thuộc của Kyong Sook.

"Anh Đức yêu quý của em,

***Em rất buồn và** đã **khóc nhiều khi viết lá thư này. Em biết là mình sẽ gặp trở ngại khi ở gần nhau. Em biết là yêu em, anh sẽ có vấn-đề trong việc làm của anh, có hại cho tương-lai, nghề nghiệp của anh. Do** đó, *em xin nghỉ việc từ hôm nay và em sẽ* đi *xa, có lẽ là xuống Las Vegas vì em có người chú làm ở Hotel và Casino Harrah's, hy vọng chú em sẽ xin cho em một việc làm ở* đó.*

Luôn luôn cám** ơn **anh, nhớ anh và yêu anh mãi mãi.

Em: Kyong Sook Kim"

Đức thở dài, ngồi bất động, hồn tê buốt! Đức mở học tủ xếp hồ-sơ nhân viên, tìm địa chỉ Kyong Sook: 3917 Lincolshire St., Annandale, VA. Đức nói nhỏ: "ngày mai, Thứ Bẩy, anh sẽ đến tìm em ". Vừa lúc ấy, Gil Newman, Trưởng Phòng Nhân Viên và Quỳnh Trân, cháu Bà Hai, bước vào. Gil đưa một xấp hồ-sơ cho Đức, nói nhanh:

- Tôi đọc giấy tờ rồi : cô ấy có giấy phép đi làm, có cả giấy giới-thiệu của Hong Kong Hyatt nữa..., nếu ông thích, hôm nay là Thứ Sáu, cô ấy có thể bắt đầu làm việc Thứ Hai tới. Chương-trình huấn luyện như cũ: tuần đầu, làm việc với một Supervisor, Martha hay Francis để biết cách kiểm-soát phòng theo tiêu-chuẩn của Hotel mình, đồng thời đi thăm các ban, các phòng để biết tổ-chức của Hotel.

Đang buồn thúi ruột vì Kyong Sook nghỉ việc, đi xa, Đức cũng vội tươi cười với Quỳnh Trân;

- *"Welcome aboard"*

Quỳnh Trân gật đầu và tủm tỉm cười.

***

Đức dự tính đến nhà Kyong Sook tìm nàng nhưng quá bận với việc soạn thảo ngân sách cho năm tới nên hơn một tuần trôi qua mà Đức cũng chưa có dịp. Quỳnh Trân cũng đã qua một tuần huấn luyện và đã trở thành Giám Thị thực thụ của khách sạn. Đức cho Quỳnh Trân giám thị các lầu 12,14,15 là những lầu VIP vì nàng có kinh nghiệm làm việc tại Hyatt Regency Hong Kong và vì Francis, bà Giám Thị Mỹ Đen yêu cầu được trở về lầu 4,5,6,7 với các Housekeeper thân quen của bà.

Hôm nay, trời mùa Đông có chút tuyết rơi. Đức lang thang trên các lầu, gặp gỡ nhân viên, hỏi họ dăm ba câu chuyện cho họ vui. Cuối cùng, Đức lên lầu 15, ghé vào Presidential Suite và tập đàn Piano bài hát ***"Ni wen wo ai"* ("The Moon Represents My Heart")**, một tình khúc Trung Hoa do ca sĩ Teresa Tang (Đặng Lệ Quân) trình bày.

Khi Đức ngừng đàn, có tiếng vỗ tay ở sau lưng. Đức quay người lại. Người vỗ tay là Quỳnh Trân. Nàng kêu lên, ngạc nhiên:

- Ô, anh Đức chơi đàn dương cầm hay quá. Bản nhạc này thật là tuyệt vời. Em mê Đặng Lệ Quân lắm. Cô ấy đúng là một thiên tài.

Đức thấy một người có cùng sở thích như mình thì rất vui:

- Quỳnh Trân có biết ý nghĩa của bài này không, giảng giải cho tôi đi?

Quỳnh Trân cất tiếng hát. Sau mỗi khúc hát, nàng dịch sang tiếng Việt cho Đức nghe. Rồi sau đó, Đức đàn cho Quỳnh Trân hát *__Ánh Trăng Nói Hộ Lòng Tôi__ "*. Tiếng dương cầm và tiếng hát ngọt ngào quấn quít lấy nhau.

Ngoài trời tuyết vẫn rơi...

Chương 8

Ngày Vui Qua Mau?

Một đám người với những biểu ngữ: "We can change...", "Join local 205 Local Union to have better Life...", vừa đi chung quanh khách sạn, vừa la hét những khẩu hiệu trên. Cảnh sát của County đã có mặt để bảo-đảm an-ninh cho khách, cho khách-sạn và nhân-viên của khách-sạn và họ không có quyền giải tán biểu tình, trừ khi nhóm biểu tình bạo động.

Nhóm biểu tình chặn nhân-viên ra vào, dúi vào tay hay bỏ vào xe, gài lên xe những tờ quảng-cáo cho Nghiệp Đoàn khách-sạn và nhà hàng thuộc phân bộ vùng Thủ-Đô gồm D.C, Maryland và Virginia. Sau khi phần lớn khách-sạn trong Thủ-Đô đã gia nhập Nghiệp Đoàn 205, họ thu được một số tiền khá lớn của các hội viên thiểu số như da đen, Nam Mỹ, Trung Đông, Phi Châu, là những người luôn luôn tin theo chủ trương của Nghiệp Đoàn là bảo vệ họ chống lại sự bóc lột của giai cấp tư bản da trắng. Ngoài mục đích thu tiền đóng góp của hội viên để những tay cầm đầu Nghiệp Đoàn sống phây phây, xa hoa, phung phí, họ còn có ý đồ chính-trị, dùng uy quyền của Nghiệp Đoàn để thao túng, phe phái, đánh phá, triệt hạ đối thủ, đối lập.

Cầm đầu nhóm biểu tình là Al Shahee, Housekeeping Manager từ New York thuyên chuyến về đây mấy tháng trước, đã bị ông Tổng Quản Lý Ford đuổi việc vì dụ dỗ : đưa Kelly- một cô Hotel Intern - đi Florida tắm biển, mà còn nói dối ông

Ford là Mẹ Al đau nặng ở New York, phải về thăm ngay. Al bị đuổi thật là đáng đời nhưng tội nghiệp cho Kelly, một cô Sinh Viên mới ngoài 20, choáng mắt về xe BMW, về cách ăn xài đốt tiền, quà cáp đắt tiển Al mua tặng nàng... nên đã làm dở dang sự học!

Theo sau Al là mấy tên Housemen da đen - nhân viên quét dọn và chất hàng tồn kho -, mấy anh Rửa Chén Latinos, mấy anh bellmen, doormen Phi Châu, tài-xế Trung Đông... tất cả đều đã bị sa thải vì ăn cắp, đánh lộn, hút ma túy trong giờ làm việc...

Trong khi nhóm biểu tình la ó ngoài đường, ông Tổng Quản Lý Shelon Ford triệu tập khẩn cấp một buổi họp gồm Executive Committee và các Managers ngay trong văn-phòng của ông trên lầu 3.

Đợi cho mọi người có mặt đầy đủ, ông Ford nói với một giọng thật nghiêm trọng:

-Tôi đã trình với Bộ Chỉ Huy của công ty trên Chicago sáng nay. Ông Chủ Tịch cho biết công ty Ritz muốn mua cổ phần của Hyatt, muốn Hyatt sáp nhập vào Ritz nhưng ông Chủ Tịch không chịu. Dường như Ritz đang thương lượng với Marriott, nếu họ kết hợp lại với nhau thì đó là một sự cạnh tranh rất gay go cho chúng ta. Có thể sẽ có hay đã có nhân viên của Ritz, của Marriott trà trộn vào công ty của chúng ta rồi. Một khi, họ đã là nhân viên Hyatt, họ gia nhập Nghiệp Đoàn thì đó sẽ là một vấn để nhức đầu vì Nghiệp Đoàn có quyền tổ chức bỏ phiếu trong khách sạn của chúng ta. Nếu số phiếu bầu cho Nghiệp Đoàn nhiều hơn, dù chỉ một phiếu, chúng ta bắt buộc phải cho Nghiệp Đoàn hoạt động...

Gil Newman giơ tay, xin có ý kiến:

- Đúng như lời ông Tổng Quản Lý nói: sáng nay, bà Phó Chủ Tịch đặc trách Phòng Nhân Viên trên Bộ Chỉ Huy cũng đã bảo tôi ngay từ bây giờ, chúng ta phải để phòng, tăng cường Security Officer kiểm soát garage, phía ngoài lối ra vào của nhân viên để không cho những kẻ lạ mặt đưa giấy tờ xin gia nhập Nghiệp Đoàn cho các bà làm phòng, các cô thâu ngân, phụ bếp.

Chef Eric giơ tay, nói tiếng Anh với giọng Đức, nghe thật lạ:

- Theo tôi, mình nên họp tất cả nhân viên, tổ-chức như một party rồi Gil sẽ giảng giải lợi hại của việc vào Nghiệp Đoàn vì nhiều nhân viên không hiểu, cứ đóng tiền nguyệt liễm mà không ích lợi gì cả. Tôi sẽ nhờ bà Hiền nấu Phở, nấu các món ăn Việt Nam, nhờ cô Quỳnh Trân nấu Chinese food.

Ông Ford gật đầu:

- Excellent idea, Chef Eric. Thank you.

Gill vỗ tay:

- Và Captain Đức sẽ thông dịch bài nói chuyện của tôi sang tiếng Việt như trong những buổi Hướng Dẫn Nhân Viên vậy.

Trước khi buổi họp bất thường chấm dứt, ông Ford buồn rầu nói:

- Ông Chủ Tịch của công-ty cho biết: nếu chúng ta để Nghiệp Đoàn chiếm khách-sạn này thì tôi sẽ mất việc và không biết các anh, chị nghĩ sao, riêng tôi, tôi không sợ thất nghiệp nhưng tôi chỉ buồn vì tôi đã xây cất, lo lắng, thành lập khách sạn này từ khi nó chỉ là miếng đất trống...

Đức cũng không sợ mất việc, cùng lắm quay về Kentucky Fried Chicken chiên gà, chiên khoai...nhưng Đức thấy xót ruột, thương ông Tổng Quản Lý Sheldon Ford quá. Với Đức ông không chỉ là một ông Xếp tốt, một người anh, một người bạn mà còn là một ân nhân nữa...

***

Sau buổi họp có ăn uống ngon lành, có nhạc sống, có khiêu vũ, có xổ số, nhân viên trong khách sạn rất vui. Bài nói chuyện của Gil về Nghiệp Đoàn rất hay, rất rõ: chỉ những người lười biếng, không tôn trọng kỷ luật mới cần Nghiệp Đoàn bảo vệ, tranh chấp với Ban Giám Đốc. Những nhân viên làm việc chăm chỉ, không đi trễ, về sớm, không ăn cắp, nhậu nhẹt lén trong sở, không cần phải đóng nguyệt liễm, làm giầu cho những tên ma đầu lãnh đạo Nghiệp Đoàn.

Tuy vậy, vài ngày hôm sau đó, chiếc Lincoln của công ty cấp cho ông Ford để trong garage đã bị xì 4 bánh xe, xe Volkswagen của Gil bị gạch nát bên cửa. Xe Chevrolet cúa Đức không bị nặng, chỉ bị xịt một hàng "F..." bậy bạ trên kính xe. Hotel có nhân viên an-ninh kiểm soát các lầu và garage suốt đêm mà kẻ gian còn làm được những phá hoại ấy thì chắc chắn Nghiệp Đoàn đã gài được người của họ vào khách sạn..

Ông Ford cho xe của ông, của Gil, của Đức và của các Executives đậu ngay phía ngoài cửa kính của khách sạn, là nơi lúc nào nhân viên Front Desk và các Doormen cũng nhìn thấy.

Một buổi sáng thật sớm, Đức dẫn Nhơn-nhân viên mới- đến Loading dock để Nhơn đổ rác thì thấy ông Tổng Quản Lý đang lục lọi trong đống rác, tìm những cuốn sách cũ do khách vứt đi. Đức ngạc nhiên lắm và chưa kịp hỏi thì ông Ford cười buồn:

- Nếu mất việc, không có chuyện gì làm, đọc sách cho đỡ buồn!...

***

Đúng như lời ông Chủ Tịch của công ty đã nói với ông Ford khi ông Ford báo cáo là Nghiệp Đoàn Khách Sạn và Nhà Hàng phân khu 205 đã cho người biểu tình phía ngoài khách sạn và cứ túm lấy nhân viên của khách sạn, dúi truyền đơn và giấy xin gia nhập Nghiệp Đoàn: họ đã gài và đã thu dụng được 36 hội viên và một " đầu đảng" gọi là "Đại biểu công nhân" (Shop Steward) của những hội viên ấy đã xuất đầu lộ diện: đó là bà già Mỹ Đen Louise, làm tại Tổng Đài điện-thoại. Bà nói với Housekeepers: nếu khách sạn có nghiệp-đoàn thì mỗi Housekeeer chỉ phải làm 14 thay vì 16 phòng trong một ngày, ngoài nửa giờ ăn trưa, còn được nghỉ xả hơi 15 phút sau mỗi 2 tiếng, tổng cộng 1 tiếng rưỡi ngồi chơi sơi nước, lãnh lương thoải mái.

Ngoài ra, lương tối thiểu sẽ từ $4.25 tăng lên $6.25 một giờ...và còn nhiều quyền lợi nữa như khi đi khám bệnh, đi đẻ, đẻ xong, ở nhà trông con...

Mấy bà Housekeepers người Việt bán tín bán nghi, đến hỏi Đức:

- Sao bà Gil nói một đằng bà nội Louise nói một nẻo, biết đằng nào mà tin?

Đức không có quyền chỉ trích Nghiệp Đoàn nên chỉ cười trừ: "She has a Dream".

Bà Louise viết một văn thư (chắc là Nghiệp Đoàn làm dùm chứ bà viết tiếng Mỹ sai be bét) gửi cho Tổng Quản Lý yêu cầu tổ-chức một cuộc bầu cử để nhân viên quyết định chính-thức gia nhập Nghiệp Đoàn càng sớm càng tốt.

Các Housekeepers Đại Hàn làm việc rất giỏi và trung thành.

Hình chụp Party tại vườn sau nhà Đức.

Hotel Lobby

Đức nằm trằn trọc suốt đêm qua: thương nhớ Kyong Sook và nghĩ đến chiều nào đàn hát với Quỳnh Trân trong President Suite, bài "The Moon Represents my Heart" ("Ánh Trăng Nói

Hộ Lòng Tôi'), một tình khúc Trung Hoa do Teresa Teng trình bầy và được ái mộ khắp thế giới. Nhưng lý do chính làm Đức mất ngủ là ngày mai, trong khách-sạn sẽ có một cuộc bầu cử để nhân-viên quyết-định gia-nhập Nghiệp-Đoàn Công Nhân của Union Local 205 Hotels & Restaurants hay không.

Đây là một vấn-đề rất quan trọng vì nếu nhân viên khách-sạn có Nghiệp-Đoàn, họ sẽ yêu sách rất nhiều điều vô lý như tăng lương không hạn định, đòi nhiều ngày nghỉ ăn lương, đòi cắt bớt công việc và luôn luôn lôi các Quản Lý của khách sạn ra Uỷ ban chế-tài của Nghiệp-Đoàn để kiện cáo lung tung... Ông Chủ của công-ty đã khuyến cáo ông Tổng Quản Lý: "nếu Nghiệp-Đoàn xâm nhập được vào khách sạn thì ông Tổng Quản Lý và một số Quản Lý nữa sẽ mất việc!

Đức không lo mất việc, chỉ tội cho ông Tổng Quản Lý đã cặm cụi, làm việc vất vả cả năm trời để xây cất khách sạn này từ một bãi đất trống, từ một building 400 phòng thành một khách sạn nhộn nhịp, sinh động, nuôi sống được gần 200 gia-đình, trong đó có gần 50 gia-đình của người Việt tị-nạn. Hai vợ chồng ông ăn,ở trong khách- sạn, chỉ lâu lâu ra ngoài đi ăn tối bên khu Georgetown hay đi nghe nhạc ở Kennedy Center. Ở trong khách sạn thì kể như làm việc 24/24, 7 ngày một tuần!

Không ngủ được nên Đức lái xe vào khách-sạn sớm hơn thường lệ. Đức ghé vào cafeteria, lấy một ly cà-phê uống cho tỉnh ngủ. Bà Hiền đang trộn salad, bà Dung đang sửa soạn breakfast, cô Kim đang điều hành máy rửa chén và Lisa Lê đang sửa soạn mang napkins sạch ra Restaurant. Tất cả đều ngừng làm, đến gặp Đức, nói nhỏ:

- Mấy tên rửa chén, phụ bếp, waiters Mỹ Đen, bus boy Latino đều nói họ sẽ bầu cho Union, Thầy Đức nói với bà Gil và ông Ford cẩn thận nhé!...

Đức cám ơn mọi người rồi đi nhanh về văn phòng Human Resources. Ông Ford đã có mặt và đang bàn luận với Gil. Thấy Đức, ông có vẻ mừng:

- Tình hình không khả quan cho lắm. Anh biết là nhân viên các phòng Sales & Marketing, Front Desk, Accounting và các Managers không được bầu vì Nghiệp Đoàn chỉ muốn thâu hội viên của các ban Housekeeping, Phòng Giặt, Rửa Chén, Nhà Bếp, Telephone. Nhân viên của những ban này thường là ít học, làm lao động nên hay bị dụ dỗ, mua chuộc. Thành phần này quá đông, hơn số người ủng hộ khách sạn, tôi nghĩ là chúng ta sẽ thua!

***

Đúng 9:00 AM, phái đoàn đại diện của Nghiệp Đoàn tới, do Al Shahee dẫn đầu, tiến phăng phăng vào ballroom Regency, là nơi được dùng làm phòng họp và phòng bầu phiếu. Họ giải truyền đơn và giấy ghi danh gia nhập Nghiệp Đoàn đầy trên bàn. Đi cùng với họ có hai Sĩ Quan An Ninh, mặc đồng phục, giống như Cảnh Sát. Trên bàn Chủ Tọa có một thùng phiếu, mấy chục chai nước, một số giấy, bút do khách sạn cung cấp.

Khoảng 9:05 AM, thì Gil Newman, Chef Eric, Bill và Đức cùng các Giám Thị Martha, Francis, Quỳnh Trân đến. Hai Sĩ Quan An Ninh đứng ngay cửa ra vào, kiểm soát Thẻ Nhân Viên của từng người và chỉ người nào có Thẻ Nhân Viên mới được vào phòng họp. Trong vòng nửa giờ, nhân-viên các ban Engineering, Rửa Chén, Nhà Bếp, Điện Thoại, Nhà Hàng, Bell & Door staff, Tài xế... đã có mặt đầy đủ, mặt mày hớn hở. Ban Housekeeping vào phòng họp sau cùng vì phải làm gấp một số phòng cho khách rồi mới xuống phòng họp...

Ông Tổng Quản Lý Sheldon Ford không có mặt. Đức đoán là ông lại ra Loading Dock lượm sách cũ!

Bill, Chef Eric và Gil đếm thầm đầu người thuộc các ban có khuynh hướng muốn gia nhập Nghiệp Đoàn và những Housekeepers Việt Nam, nhân viên Nhà Bếp gốc Á Châu, có khuynh hướng không muốn gia nhập Nghiệp Đoàn thì thấy rõ là khách sạn thua Nghiệp Đoàn 4 phiếu.

Bất thình lình, một chiếc Taxi sơn vàng, hiệu Diamond ngừng ngay trước cửa khách sạn. Từ trên xe có 4 cô Việt Nam bước xuống, đi nhanh vào phòng bầu phiếu. Đó là các cô Turndown Housekeepers: Xuân, Lan, Loan, Phương. Gil, Bill, Eric mừng ra mặt:

- Có lẽ số phiếu bằng nhau, phải bầu lại vào một ngày khác...

Đúng lúc ấy, một chiếc Taxi khác ngừng lại, phía ngoài khách sạn và một thiếu nữ Đại Hàn rất xinh đẹp bước vào. Gil kêu lên:

- Kyong Sook! May quá, tôi chưa xóa tên Kyong Sook, như vậy là nàng vẫn còn là nhân viên hợp pháp của khách sạn.

∗

Al Shahee và hai anh Sĩ Quan An Ninh của họ đổ thùng phiếu ra bàn, hăm hở đếm với sự giám sát của Bill, Eric và Đức. Kết quả: Nghiệp Đoàn được 96 phiếu và khách-sạn được 97 phiếu. Khách sạn chỉ cần 1 phiếu của Kyong Sook Kim để thắng. Đức chạy nhanh ra sau khách sạn, chỗ có hai thùng rác to tổ chảng, như hai cái xe vận tải. Ông Tổng Quản Lý cười như mếu:

Hôm nay không lượm được sách tốt, toàn Play Boy với Play Girl không à.

Đức đến gần ông Ford, ôm lấy ông, nói như khóc:

- Vứt hết sách đi ông! Mình thắng Nghiệp Đoàn rồi! Ông không mất việc, ông không có thời giờ đọc truyện tiểu thuyết phóng sự lăng nhăng đâu!

Ông Ford, Gil, Bill, Eric, Executive Committee và có lẽ không ai trong khách sạn biết Đức đã năn nỉ Xuân, Lan, Loan, Phương nghỉ một buổi học để đến bầu cho khách sạn và nhờ bà Housekeeper Đại Hàn Young Ja Kim gọi Kyong Sook Kim đến bỏ phiếu, trước khi Nàng ra phi-trường đi Las Vegas.

Dù không nói ra nhưng ông Tổng Quản Lý và Phòng Nhân Viên cũng đã biết Đức trả tiền Taxi đi và về cho Xuân, Lan, Phương, Loan và Kyong Sook đến khách sạn bỏ phiếu trong ngày nghỉ của họ.

Ông Tổng Quản Lý đã đề nghị lên Bộ Chỉ Huy của công-ty trao tặng Đức bằng Tưởng Lục "Manager of The Year": được một tuần phép đặc biệt cộng vé máy bay khứ hồi cho hai người đi Hawaii, với một ngàn đồng tiền mặt US và có thể ở tại bất cứ Hyatt nào trên Hải Đảo Thần Tiên.

Đức còn bận đi học lớp Kế Toán ban đêm ở Đại Học nên giữ tặng phẩm để dùng sau này. Nhưng tặng phẩm quí giá nhất mà công-ty dành cho Đức là chức vụ Director Housekeeping tại Hyatt Regency On Capitol Hill, một khách sạn mới xây, hơn 900 phòng, vừa được giải thưởng Kiến Trúc toàn quốc.

Thiếu Tướng Tôn, sau khi tốt nghiệp khóa huấn luyện về Khách Sạn cũng đã xin được việc đậu xe cho khách. Ông Phụ Tá Trưởng Phòng Thông Tin Quốc Ngoại đang là một Front Desk clerk và đặc biệt con trai Út của Đại Tướng Cao cũng đang là một Giám Thị của ban Housekeeping. Đức rất nóng lòng để gặp những đồng nghiệp này vì tuy làm cùng một công ty, hai khách sạn chỉ cách nhau vài miles, bằng con sông Potomac nhưng chỉ nói chuyện qua điện thoại, chưa bao giờ gặp nhau trong khách sạn. Hyatt Regency nằm trên đường New Jersey, ngay bên công viên, đối diện với Tòa Nhà Lập Pháp của Hiệp Chủng Quốc Hoa-Kỳ, thường gọi tắt là Điện Capitol.Tại nơi này, cơ quan Lập Pháp thông qua luật và cũng là nơi hai đảng Dân Chủ và Cộng Hòa đâm chém nhau tơi tả, như kẻ thù trăm năm!

Ông Tổng Quản Lý Ford đã tổ-chức một bữa tiệc tiễn đưa rất đặc biệt cho Đức. Ông cho ban Engineering làm những căn nhà lá, giống như một xóm nhỏ ở Việt Nam rồi cho nhân-viên đến tiệm ăn của người Việt Nam trên đường Wilson, mượn thực đơn, đũa, đồ trang trí, mang về bầy trong ballroom. Bà Hiền và Quỳnh Trân chỉ huy đám đầu bếp nấu toàn thức ăn Việt Nam.

Đức sang Hyatt Regency gặp Human Resources Director để làm giấy tờ cả ngày nên không biết ông Ford đã làm những gì. Khi bước vào ballroom trong tiếng reo mừng, trong khung cảnh làng xóm thân yêu, Đức cảm động muốn khóc.

Ngoài ông Ford, còn có ông Nelson là Tổng Quản Lý của Hyatt Regency Washington, kiêm Phó Chủ Tịch của công ty đặc trách Miền Đông Hoa-Kỳ và một người trẻ tuổi rất quen mặt mà Đức nhận ra ngay đó là Larry Goldstein, một Giám Thị của mình trước đây. Ông Ford giới thiệu Đức với từng người. Riêng với Larry, ông tủm tỉm cười và nói:

- Chắc anh ngạc nhiên lắm vì Larry sẽ là Room Executive của anh. Chính Larry xin anh sang Regency, tôi muốn giữ anh cũng không được. Larry là cháu ngoại ông Chủ Tịch của công-ty, đến đây học việc với anh mấy tháng thôi, chứ Larry đã tốt nghiệp Cornell và thực tập ở nhiều khách sạn rồi...

Room Executive là chức vụ cao hàng nhì trong khách sạn, chỉ dưới Tổng Quản Lý và là cấp chỉ huy của Housekeeping, Front Desk, Rerervation Managers... Đức ngạc nhiên thật và cũng thầm phục sự chịu khó học hỏi của những người Mỹ trẻ tuổi như Larry. Là cháu ngoại của một tỷ phú, Chủ Tịch một công ty khách sạn lớn, Chủ Tịch một hãng máy bay, có rất nhiều bệnh viện trên toàn quốc ...mà chịu khó học làm GiámThị Housekeeping với Đức bao nhiêu tháng, làm lụng vất vả bao nhiêu tháng mà không hề kêu ca, than van...

Đức biết là Larry cố xin Đức về Hyatt Regency chứ trong lịch sử khách sạn chưa có một người nào đang là Manager của khách sạn 400 phòng được lên làm Manager của một khách sạn sang trọng 900 phòng, giống như trong quân đội được thăng cấp từ Đại Đội Trưởng lên Trung Đoàn Trưởng, bỏ qua Tiểu Đoàn Trưởng vậy...

Chương 9

Mùa Xuân Trên Núi Cao

Nhờ những phiếu bầu chống Nghiệp Đoàn của nhân-viên Á Châu, khách sạn Arlington đã ngăn chặn được sự xâm nhập của Nghiệp Đoàn. Ông Chủ Tịch công-ty đã gửi điện thư chúc mừng và thưởng Tổng Quản Lý, Executives và tất cả Managers một tuần phép tại Khách Sạn Greenbriar, một Hotel & Resort đẹp và sang nhất của tiểu bang Virginia. Trong thời đệ nhị Thế Chiến, khách sạn này đã được bí mật chọn và thiết lập để làm một White House thứ 2. Nếu White House bị tấn công thì Tổng Thống và nhân viên sẽ bí mật di chuyển về đây.

Trích Nhật Ký của Đức Nguyễn:

Phái đoàn chúng tôi có 8 người: ông Ford (General Manager),Gil Newman (Human Resource), Bill Wilson (Eng), Eric Zuri (Kitchen), Kate Laundensack (Front Desk), Jorge Luis (Accounting), Anne Kennedy (Sales & Marketing) và tôi, ngồi vừa đủ một chiếc Van của Khách Sạn.

Chef Eric thường lái chiếc Van này đi mua seafood trên Baltimore, nên được làm tài xế. Ông Ford đã ra văn thư thông báo là chúng tôi đi "retreat" trên miền núi một tuần và đã cắt đặt những người có nhiệm vụ thay thế chúng tôi.

Chúng tôi theo con đường Lee Highway (route 29), sang Highway 81, ghé vào Ski Resort Massanutten ở gần Harrisonburg. Chúng tôi ở đây một ngày để trượt tuyết, ngủ đêm ở một resort lịch sự rồi sáng hôm sau lái thẳng sang West Virginia.

Thật là xấu hổ phải kể cho độc giả cảnh tôi trượt tuyết. Dù đã có huấn luyện viên dậy cả tiếng đồng hồ, tôi vẫn bị té lên té xuống. Hôm nay, vì lạnh quá, tuyết đóng thành băng, trơn tuồn tuột. Khi tôi lao từ đỉnh cao xuống, nhanh như gió, dù biết cách thắng nhưng không tài nào thắng nổi, tôi lao vun vút xuống thung lũng, không có thời gian để cầu nguyện nữa! Biết là thể nào cũng té, thể nào cũng gẫy xương hay què giò, nếu không chết cũng bị thương. May quá, chợt nhớ hồi nhỏ có học Judo và học té. Thế là tôi chuẩn bị: khi thân xác tôi bị quăng xuống sườn đồi, tôi ráng ngóc đầu lên để đầu không đập xuống đá và để bàn tọa của tôi rơi xuống trước. Đau điếng người nhưng cố gắng đứng lên vì đám con nít đang trượt tuyết gần đấy, chỉ cho nhau xem và cười khanh khách...

Khi check in Greenbriar Hotel & Rerort, mỗi chúng tôi được ở một villa riêng, đầy đủ tiện nghi cho một gia đình. Ngày đầu tiên chúng tôi được dẫn đi thăm khách sạn, thăm các Văn Phòng của White House ở dưới hầm, thăm Spa, thăm Golf Course, shopping trong khách sạn và được ăn trưa, ăn tối thật ngon, thật sang.

Sang ngày thứ hai, chúng tôi được đi thăm các trang trại bằng ngựa. Thật là xấu hổ: tôi có biết cưỡi ngựa bao giờ đâu! Nhưng đã liều, ba bẩy cũng liều, mình nói là không biết cưỡi ngựa thì mất mặt bầu cua, mất uy tín của Sĩ Quan QLVNCH quá. Trời đất, con ngựa nó cao ơi là cao, tôi phải bắc ghế mới leo lên được. Anh nài ngựa chỉ dẫn qua loa rồi nhẩy phóc lên một con ngựa khác dẫn chúng tôi vào những con đường làng, hai bên đường trồng toàn hoa dại đủ mầu, đẹp như trong truyện cổ tích.

Nhong nhong trong những con đường làng êm đềm, vắng lặng thì không có gì trở ngại nhưng một khi phải băng qua đường, sang một thôn làng khác thì có vấn-đề vì ngựa thấy xe cộ chạy qua, chạy lại, hoảng hốt phóng như điên.

Chết tôi rồi! Tôi ôm chặt lấy bờm ngựa, nhắm tít mắt lại, để ngựa muốn đi đâu thì đi. Cuối cùng thì ngựa và tôi cũng về được khách sạn một cách an toàn vì anh nài ngựa đã níu ngựa lại và điều khiển ngựa trở về đường cũ cho tôi.

Sang ngày thứ ba, chúng tôi đi tập bắn: hay quá, đây là nghề của chàng mà, đâu có ngán thằng Tây nào!

Ba chàng Ngự Lâm Pháo Thủ (Three Musketeers): Đức, Bill, Eric: sửa soạn bắn!

Chỉ có đàn ông đi bắn, đàn bà vào Spa hay Hair & Nail Salon. Đã lâu lắm tôi mới cầm tới khẩu súng dài nhưng cũng đủ để biểu diễn cho các bạn kia lé mắt chơi..

Sang ngày thứ tư, chúng tôi rủ nhau ra thượng nguồn của các giòng sông, chèo thuyền, len lỏi qua những ghềnh đá hiểm hóc, xuống hạ lưu. Mỗi thuyền chở 4 người, 3 người chèo, 1 người lái. Người lái thuyền phải giỏi nếu không, thuyền đụng vào đá, chết người như chơi. Nhiều khi thuyền trôi vào thác nước, con thuyền nhỏ rớt xuống vực như chiếc lá rơi. Chef Eric là người Đức, chắc là đua thuyền nhiều nên lái thuyền thật giỏi. Ông Ford cũng vậy, chắc là trong đội chèo thuyền của Đại-Học thuở xưa. Gil, Kate và Anne thì cứ rú lên mỗi khi thuyền nhào xuống vực hay sắp sửa đụng vào ghềnh đá.

Chèo từ sáng đến chiều thì thuyền về tới hạ lưu. Nơi đây, nước chảy êm đềm, giòng sông mênh mông, hai bên bờ là những rặng thông xanh, cao vút. Nước sông trong, soi bóng trời xanh lơ với những cụm mây trắng lững lờ trôi. Đức nghĩ đến bài thơ "xây nhà bên suối" và nói với Gil: "I want to build a house here". Gil ghé môi vào tai Đức thì thầm: "my darling, you're crazy"...

Khách sạn đã cho xe chờ sẵn, đưa 8 người khách Thủ-Đô về nơi tạm trú.

Ngày hôm sau, ngày thứ năm, ông Ford đưa chúng tôi đi chơi Golf. Sân Golf đẹp, cỏ mượt như nhung. Tôi lái xe cho Gil và thấy trò chơi này không dễ như tôi vẫn nghĩ. Gil chỉ dẫn cho tôi cách chơi. Nàng cầm tay tôi, chỉ cho tôi cách cầm gậy thế nào, vung lên thế nào và "follow through" thế nào. Rồi nàng chỉ cách đẩy banh vào lỗ, chỉ cách tính điểm. Thường thường người chơi Golf chơi 18 lỗ cho đủ một game. Sau 9 lỗ, tôi đã biết sơ sơ và bắt đầu thích.

Sáng hôm sau, trong khi mọi người còn ngủ, tôi ra sân Golf, yêu cầu Huấn Luyện Viên dậy tôi một khóa cấp tốc, khoảng 2 tiếng đồng hồ. Tôi đánh một quả đầu tiên quá xa và sai hướng, làm bể cửa kính của nhà hàng. Thật là xấu hổ. Khi ông Ford nghe tin ấy, không giận, chỉ cười:

- Anh sẽ là Golf partner của tôi, trong tương lai...

Sang ngày thứ sáu, chúng tôi ăn sáng xong, xuống Gym chơi ping pong. Tôi đã hạ hết: từng người vào rồi ra, chỉ có Chef Eric mới cầm cự được với tôi 3 ván.

Chúng tôi check out Hotel & Resort Greenbriar vào buổi trưa, lòng đầy lưu luyến nhưng cũng hân hoan được về nhà, sau gần một tuần rong chơi...

Chương 10

Hyatt Trên Đồi Capitol

Hyatt Regency on CapitoL Hill, 400 New Jersey Ave., NW Washington, DC 20001, là một Khách Sạn đầu tiên trên nước Mỹ có hành lang che bằng kính, có thể nhìn thấy bầu trời (Atrium Lobby) và đã được giải nhất của Hội Kiến Trúc Quốc Gia. Khách sạn xây cất theo hình vuông : 12 tầng lầu với 932 phòng ngủ xây quanh 4 phía, ở giữa là lobby với Nhà Hàng, Bar rượu, Concierge desk, ghế ngồi... trông như một công viên.

Ban Housekeeping có 4 Phụ Tá Giám Đốc, 14 Giám Thị và gần 200 nhân-viên. Phó Giám Đốc, Giám Thị và nhân viên làm việc 24/24, chia làm 3 ca: 7:00 am đến 3:30 pm; 3:30pm đến 11:30 pm và 11:30 pm đến 7:30 am.

Bốn Phụ Tá (Assistant Director) là: Neil, John, Greg, Gina và Michael, Intern.

Neil là một Phụ Tá Mỹ, gốc Ái-Nhĩ-Lan, để râu quai nón, thâm niên nhất, đã làm việc trên 4 năm, tốt nghiệp Đại Học về Business, dường như nắm quyền điều-hành; John, Mỹ Trắng, gốc Đức, cao ráo, còn trẻ nhưng đầu đã hói, thuyên chuyển từ Hyatt Cambridge về đây đã hai năm, nhiệm vụ chính là làm thời khắc biểu, phân chia công việc cho các Housekeepers, tốt nghiệp Quản Trị Khách Sạn tại Đại Học Cornell; Greg, Mỹ Trắng, không rõ gốc gác, có bằng Đại Học về Giáo Dục nhưng không thích đi dậy, có nhiệm vụ trông coi các khu vực công cộng (lobby, restrooms, elevators), chạy lăng xăng suốt ngày, ít khi có mặt trong văn phòng; Gina, gốc Ý, cao, tóc đen, hơi có vẻ giống Sophia Loren, nhất là bộ ngực, làm ca chiều từ 3:30 pm đến 11:30 pm. Michael Smith, Intern , Mỹ Đen, quê quán ở New Orleans, mới tốt nghiệp trường Hotel ở Florida, được tuyển chọn đặc biệt về đây.

Trong 14 Giám Thị, có một người Việt Nam, còn rất trẻ tên Tú Cao, tốt nghiệp Đại Học cộng đồng hai năm, là con út của một ông Tướng trong QLVNCH. 13 Giám Thị còn lại phần đông là Da Đen, có vài Mỹ Trắng.

Ngoài ra, Ban Housekeeping còn có một Phòng Giặt lớn và một Phòng May với một bà Giám Thị Mỹ Đen, không biết quê quán ở đâu nhưng có tên là Georgia.

Suốt một tuần lễ đầu, Đức theo Larry đi vòng vòng quanh khách sạn, tìm hiểu cách thiết kế của phòng ốc, làm quen với các ban, sở, phòng, cố nhớ tên nhân viên. Ngày nào cũng đi loanh quanh nhưng đi cả tiếng cũng không về lối cũ vì khách sạn quá rộng lớn. Nhân viên của khách sạn cả ba, bốn trăm người, chỉ một tuần không cách gì Đức nhớ tên nổi. Đức cố gắng làm việc với cả 3 nhóm: sáng, chiều và đêm. Ca đêm từ 11:30 pm đến 7:30 am là vất vả nhất. Đây là những người dọn dẹp khách sạn ban đêm: hút bụi nhà hàng, xếp dọn phòng ăn của nhân viên, hành lang, đổ rác cho các văn phòng, giặt thảm cho các ballrooms...

Hyatt trên Đồi Capitol là một Hyatt hốt ra bạc vì luôn luôn đông khách: khách du lịch, khách về họp, về liên lạc móc nối với các Thượng Nghị Sĩ, Dân Biểu, đều ở khách sạn này. Các quan chức trong chính phủ, Thượng Viện, Hạ Viện đều bước sang khách sạn ăn cơm trưa, chiều, tối hoặc lai rai ba sợi...Do đó, Bar Rượu ở Lobby thường là đóng cửa vào lúc 2,3 giờ sáng. Cashier của Lobby Bar là vợ một Hải Quân Thiếu Tá, còn trẻ và khá mặn mòi. Cashier của Park Promenade cũng là người VN và phần lớn các nhân viên của nhà hàng đều là người Việt, thảo nào Larry Golstein, Room Executive của Đức nhất định xin Bộ Chỉ Huy của công-ty bổ nhiệm Đức sang đây.

Tuy vất vả nhưng Đức cũng rất hãnh diện. Có những buổi trưa mùa Xuân, Đức tản bộ quanh khách sạn, thơ thẩn sang khuôn viên của Điện Capitol, thấy Thượng Nghị Sĩ, Dân Biểu, nhân viên của các cơ quan, các Bộ, Phòng...cũng tản bộ hoặc ngồi trên thảm cỏ xanh, trong nắng Xuân ấm áp, ăn trưa hoặc truyện trò, cười nói vui vẻ.

" Có ai biết đâu nào mà ngờ " : 4,5 năm trước, sang đây du học, khóa học chưa hết thì nước mất nhà tan, gia- đình ly tán, ra khỏi trại tị nạn với mấy trăm đồng, một vali đựng đồ sửa xe...bây giờ Đức ở đây, tại Điện Capitol, một nơi mà bao nhiêu người trên thế giới ước mơ được đặt chân tới và hàng năm vào mùa hoa Anh Đào, hơn một triệu người Mỹ đã về đây để nhìn tận mắt, để được vào thăm Tòa Nhà Lập Pháp vĩ đại này.

Tuy nhiên, niềm vui của Đức chợt tan biến và lòng se thắt lại khi nghĩ đến cha già sống nghèo đói và mấy người anh còn trong chốn lao tù và gia-đình đi vượt biên, không biết bây giờ trôi dạt nơi đâu?!

Đức thăm Điện Capitol, D.C 1974

***

Thay vì ăn trưa trong employee cafeteria, Đức rủ Tú Cao lên Park Promenade Restaurant để nói chuyện.

Tú mới 25 tuổi, mới học xong hai năm Đại Học về Quản Trị Khách Sạn ở Community College vì không đủ trình độ Anh ngữ để vào Cornell.

Thấy Tú là con nhà giàu, có thể tiếp tục học cao hơn như nguyện ước của nhiều người, kể cả Đức nên Đức hỏi Tú:

- Làm Giám Thị Housekeeping chi cho mệt, đi học lại đi Tú. Anh cũng đang học Accounting ở George Mason U., chỉ còn một vài semesters nữa là xong cái BS.

Tú lắc đầu:

- Em có vợ rồi, không muốn ăn bám gia đình. Hơn nữa, em làm ít lâu lấy kinh nghiệm rồi cậu Ba và Má em sẽ bỏ tiền cho em mở Hotel.

Đức biết cậu của Tú, một Trung Tá thuộc Bộ TTM, có nhiều tiền và bà Đại Tướng chắc chắn là có tiền để mở Hotel rồi nhưng vấn-đề điều-hành mới là khó, chưa chắc Tú có thể làm được...

Đức chưa kịp cho ý kiến thì Tú đã vội vàng nói:

- À, em lưu ý anh một chuyện: thằng Neil đều lắm đó, anh phải coi chừng. Nó làm ở đây đã 4 năm, khi Housekeeping Director đổi đi làm Room Exec ở Crystal City, nó tưởng nó được lên làm Director, hí hửng vênh vang lắm, ai dè anh nhấy từ Arlington sang, nó hận lắm. Hôm qua, em nghe nó nói với mấy Giám Thị Đen anh là Việt Nam, sẽ bênh dân Đại Hàn, Thái, Tầu và kỳ thị Mỹ Đen...

Đức cũng đoán như vậy vì thấy Neil đôi khi quyết định công việc mà không hỏi ý kiến Đức. Đức cám ơn Cao Tú và hỏi thêm:

- Còn John?

Tú lắc đầu:

- John giỏi, làm việc đâu ra đó nhưng cũng không chơi được vì ra cái điều ta đây, chỉ có hắn là nhất. John cũng không ưa gì Neil nhưng Neil thâm niên hơn, hắn nghĩ là cho Neil lên Director, John làm Assitant một ít lâu rồi "cưa ghế" của Neil...

Đức hỏi thêm:

- Thế Gina và Greg có ok không?

Tú nói nhỏ:

- Gina gốc Ý, dân New York, "du côn" lắm. Hình như Gina là con cháu "Bố Già" nên trong Executive Committee ai cũng ngán cô ả ... Greg thì ok, lăng xăng suốt ngày như đít có lò xo ...À quên còn ông Nhọ-Nồi Intern Michael. Ông Nhọ-Nồi trước kia là chân rửa chén ở Hyatt Miami, được học bổng đi học ở Đại-Học Gainsville, rồi xin được về đây học việc. Y tốt nhưng ham chơi lắm, tối nào cũng đi chơi đến gần sáng mới về. Nghe mấy tên housemen làm ca đêm thì có "somethings going on" giữa y và Gina. To khỏe, "phổi" bự như Gina, chắc chỉ có Đen mới chịu nổi?! Hi hi...

Chỉ sau một bữa trưa, Đức đã nắm được "hồ sơ mật" của 4 Phụ Tá và một Học Viên trong Ban Tham Mưu. Khi Đức và Tú bước ra khỏi Park Promenade Restaurant, thấy Neil và John ở trong văn phòng Rooms Executive Larry Goldstein bước ra. Thấy Đức và Tú bước bên nhau, tươi cười, nét mặt của Neil và John trông như mặt hai anh bị táo bón kinh niên.

***

Tối nay, Đức có 4 giờ về "Cost Accounting". Giáo Sư cho bài tập làm trong lớp, ai làm xong có thể nộp bài, về sớm. Bài tập tương đối dễ, Đức chỉ làm trong vòng 2 giờ là xong.Trước khi ra bãi đậu xe, Đức ghé qua văn- phòng Kế Toán, đóng tiền học cho khóa học tới. Có một bóng dáng quen quen cũng đang xếp hàng, trước phòng thâu ngân. Tự dưng tim Đức đập mau vì người có bóng dáng quen thuộc ấy là Quỳnh Trân. Quỳnh Trân cũng đã thấy Đức. Nàng nhường thứ tự cho người đứng sau, để đến cạnh Đức, mắt mở to và môi chúm chím cười:

- Chào anh Đức! Lâu quá không gặp! Bận lắm sao mà không ghé lại Arlington thăm đàn em.

Ai cũng nhắc anh. Từ khi bà Francis lên thế anh, không ai vui hết. Xuân và Lan "quit" rồi! Martha đang xin sang Kitchen. Hai housemen Nhơn và Tiến đã xin sang ban Engineering với anh Chính. Em ghi danh học môn Điều Hành Small Business, học xong ra mở tiệm…

Những lời nói của Quỳnh Trân làm lòng Đức nao nao. Rất nhiều khi Đức nhớ khách sạn Arlington, nhớ nhân viên cũ, nhớ kỷ niệm xưa. Đóng tiền xong, Đức hỏi Quỳnh Trân:

- Bây giờ cũng đã khuya, để anh đưa Quỳnh Trân về?

Quỳnh Trân nhìn đồng hồ, không trả lời.Đôi mắt nàng long lanh, đôi môi nàng cười tươi, bước theo Đức xuống bãi đậu xe,mờ sương đêm,dưới chân đồi…

Chương 11

Nguyễn Văn Thiệu Là Ai?

Đức Nguyễn: Young Executive

Hôm nay, Đức thu nhận bốn nhân viên mới: 1) Tụ, Giám Thị, cựu Hải Quân Thiếu Tá, bạn cùng khóa với chồng bà Ngọc, thâu ngân viên của Lobby Bar. 2) Loan, Thợ May, thuyên chuyển từ Arlington sang, là Housekeeper nhưng Đức cho Loan làm trong Phòng May để sửa đồng phục, công việc dễ dàng, đỡ vất vả hơn là làm "bồi phòng". Thầy Trò cũ gặp nhau mừng mừng tủi tủi. 3) Định, Laundry attendant, cựu Đại Uý Quân Nhu, chồng của Loan.

Sau phần Orientation, Tụ gãi đầu gãi tai:

- Tôi có ông anh họ ở North Carolina, cả gia-đình 10 người sẽ lên D.C ăn cưới, nhân thể xem Hoa Đào, anh Đức reserve cho 5 phòng với giá của nhân viên được không?

Các khách sạn ở D.C, Maryland và Virginia đều "sold out" trong mùa Hoa Đào, nhiều người, nhiều Hội Đoàn, Tours đã phải dành phòng từ năm trước. Nghĩ vậy nhưng Đức cũng nói cho Tụ yên lòng:

- Tôi sẽ trình với ông Larry Goldstein, Phó Tổng Quản Lý đặc trách về Phòng xem ông ấy có còn phòng hay không. Hy vọng ông ấy giữ lại một số phòng dự trữ cho VIP, không cho ban Reservation bán.

Đúng như ý mong muốn của Đức, Larry "để dành" 10 Suites cho VIP nên nhường 5 Suites để Đức dành cho gia-đình ông Nguyễn Văn Tụ, với giá của nhân-viên là US$49 một ngày trong khi giá chính thức là US$250. Ngoài ra, Đức còn nhờ Food & Beverage Director gửi tặng mỗi Suite của gia-đình ông Tụ một mâm trái cây và một chai rượu vang, cùng Thiệp Chào Mừng của Ông Tổng Quản Lý Nelson.

***

Mỗi Manager hay Executive phải làm M.O.D (Manager on Duty) khoảng một tháng một lần. Những người này, phải ở trong khách sạn từ tối Thứ Sáu đến sáng Thứ Hai mới được về nhà nghỉ. Như vậy là sáng Thứ Sáu đi làm phải chuẩn bị quần áo, vật dụng cá nhân cho ba tối. M.O.D có nhiệm vụ thay thế Tổng Quản Lý (Genral Manager) điều hành khách sạn trong dịp cuối tuần, được toàn quyết định mọi việc (trừ việc tăng lương cho nhân viên).

Đức là M.O.D cho tuần này. Biết là vất vả đấy vì "full house" (khách sạn đầy 100 %) nhưng Đức không lo cho lắm vì Đức làm M.O.D cho khách sạn Arlington đã quen và đã làm Sĩ Quan Trực nhiều năm rồi. Sau khi đi một vòng khách sạn từ cửa chính, qua Front Desk,vòng vào Jonas's Seafood Restaurant,Lobby Bar,Park Promenade, các ballrooms, kitchen, ra cổng sau, văn phòng Security, Đức cho Security Office số phòng và số Beeper của mình rồi về phòng 1012, ở lầu 10 để nghỉ ngơi. MOD có quyền chọn bất cứ phòng hay Suite để ở vì có người còn mang vợ con vào trực cho đỡ nhớ nhà nhưng Đức lấy một phòng nhỏ có số 1012 là tháng và ngày sinh của mình October 12 cho dễ nhớ. Sau suốt một ngày bận rộn, Đức để nguyên quần áo, nằm trên ghế dựa, xem TV và ngủ thiếp đi cho đến khi nghe còi báo động hú inh ỏi.

Đức vùng dậy, chạy về cầu thang vì thang máy đã ngưng chạy. Xuống đến lobby, Đức đã thấy Alan, An Ninh Trực cầm walkie-talkie chạy về Phòng Tổng Đài Điện Thoại, phía sau Front Desk. Trên biểu đồ anh ninh, phòng hỏa, Đức thấy một đốm đỏ đang nhấp nháy ở Parking tầng số 1 (P1).Không ai bảo ai, Đức và An-Ninh Trực chạy xuống khu đậu xe. Một chiếc xe Van đang đậu ở đấy, ngay phía dưới ống nước đang chảy ra như suối. Người lái xe và những người ngồi trên xe đều là người Việt Nam, ăn mặc lịch sự, như mới đi dự tiệc về. Người lái xe thấy Đức, nói tiếng Việt ngay lập tức:

- Ông Đức phải không ạ? Tôi là Nguyễn Văn Thiệu anh họ của Nguyễn Văn Tụ làm cho ông. Tôi không biết là xe Van vô đây không lọt!

Đức muốn hét lên "You're idiot! Có nhìn thấy tấm Warning: No Van Allowed kia không?" nhưng không có thời giờ để la lối hay tranh luận vì Xe Cứu Hỏa của Thủ Đô đã tới trước khách sạn và cả ngàn khách đã tràn xuống lobby, chạy ra đường trong quần áo ngủ. Có người chỉ quấn chăn hoặc khăn tắm trên người.

Đức hướng dẫn Trưởng Toán Cứu Hỏa xuống parking garage P1, nơi gây ra tai nạn làm hệ thống báo động phát ra những tiếng còi chát chúa, nhức óc. Một số Cảnh Sát cũng vừa tới. Một viên Cảnh Sát Mỹ Đen đến gần chỗ ông Thiều đang đứng run bần bật vì ướt, vì lạnh, hất hàm hỏi:

- Anh lái xe? Đưa bằng lái xe đây!

Ông Thiều lúng túng móc ví, đưa bằng lái xe ra. Cảnh Sát viên sau khi xem xét, hỏi Đức:

- Khách không được quyền lái xe Van vào Hotel, nếu vi phạm có thể truy tố ra Tòa, ông có biết thế không?

Mặt ông Thiều tái mét, Đức thấy tội nghiệp quá nên gật đầu, xuống nước với nhân viên công lực:

- Thưa ông tôi biết nhưng kẹt một nỗi là nhân viên của Hotel cho phép ông ấy lái đại xe vào, không rõ là ông ấy lái xe Van.

Viên Cảnh Sát bỏ đi. Trong khi ấy thì nhân viên Sở Cứu Hỏa đang bàn luận với Chuyên Viên Bảo-Trì làm ca đêm của khách sạn. Chỉ có cách khóa ống nước chính của khách sạn mới làm cho hệ thống báo động tắt. Sở Cứu Hỏa chấp thuận cho chuyên viên Bảo-Trì khóa ống nước chính, sau đó, phải hàn ngay ống nước đang bể vì hơn 900 phòng trong khách sạn và cả Hotel sẽ cần dùng nước.

Nhân Viên Cứu Hỏa, Cảnh Sát và Đức ra đường, bắc loa báo cho khách biết ống nước bể và đang sửa chữa, xin mời khách trở vào khách sạn. Để khách không bất mãn, Đức với tư cách MOD, hứa sẽ không tính tiền phòng một đêm và không tính tiền bữa ăn sáng tại Park Promemade coffe shop. Hơn một ngàn khách đang tức giận bỗng reo hò, vỗ tay vang rội.

Đức cảm thấy nhẹ nhõm nhưng chưa hết: làm sao khênh cái xe Van thổ tả kia ra khỏi garage đây? Lái ra chắc không được vì sẽ đụng ống nước nữa! Chỉ còn cách xì hết bánh xe, lái ra ngoài rồi mang đến cây xăng bơm lại.

Đức để nghị ông Nguyễn Văn Thiệu cho gia đình về phòng nghỉ, sáng sớm mai xuống gặp Đức để mang xe ra khỏi Parking. Ông Thiệu cám ơn rối rít nhưng Đức không dám nhận những lời cám ơn ấy vì Đức biết những lời cám ơn suông ấy, không giúp gì được khi mà ông Chủ của khách sạn mất một số lợi tức gần $150,000 tiền phòng và tiền ăn chỉ vì lỗi lầm của ông Nguyễn Văn Thiệu.

***

Trong buổi họp Executives sáng Thứ Hai, sau khi nghe Đức đọc báo cáo của MOD, đến khoản không tính tiền phòng một đêm cho 900 phòng và không tính tiền ăn sáng cho hơn 1000 người, ông Accounting Director đã làm một con tính rất nhanh : trung bình $150 một phòng x 900 phòng = $135,000; $10 một phần ăn sáng x 1000 người=$10,000. Tổng cộng khách sạn lỗ; $135,000+10,000=$145,000.

- Mà này Đức, Nguyễn Văn Thiệu là ai? Có phải là Tổng Thống của anh nên anh cho ông ta giá rẻ lại còn để ông ấy phá hoại Hotel không?

Trong khi ông Tổng Quản Lý Nelson và các Executive Members khác chưa kịp phản ứng về sự lỗ lã, về câu hỏi của Accounting Director thì Larry Goldstein, Room Executive, là nhân viên cũ của Đức và là boss của Đức bây giờ đã hoan hỉ tuyên bố:

- Tôi thấy Đức quyết định rất hay, biết tùy cơ ứng biến, biết xử dụng empowerment. Nhờ vậy mà những người khách giận dữ kia sẽ vui vẻ trở lại với chúng ta. Xin quý vị cho Đức một tràng pháo tay...

Dù muốn nhưng Đức không dám khóc. Larry đã cứu Đức. Đức nhìn Larry như thầm "cám ơn" nhưng trong thâm tâm, Đức muốn nói: ***"I'm sorry, I failed you, Larry"***

Chương 12

Good Bye Housekeeping!

Sáng nay, Đức vào Accounting office để nộp sổ lương nhân viên cho Charlotte, Payroll Coordinator. Charlotte là một bà Mỹ Trắng trung niên, tóc vàng (có lẽ nhuộm), chẳng đẹp cũng không xấu, hơi có da có thịt.

Charlotte rất ghét Việt Nam, nhất là phụ nữ Việt Nam đẹp, như bà Ngọc, bà Sương, thâu ngân viên của Lobby Bar và Park Promenade Restaurant. Nghe đâu chồng bà là một Sĩ Quan TQLC Hoa-Kỳ, sang Việt Nam, làm việc tại Đà Nẵng, đã mê một cô gái Việt và có con với cô gái ấy. Chồng bà, đã xin ly dị bà và mang cô gái Việt cùng đứa con về Mỹ. Do đó, bà ghét đàn bà, con gái Việt thậm tệ. Theo Tú Cao, Giám Thị Housekeeping, mỗi lần Tú gặp bà Charllotte về vấn-đề lương bổng, Tú phải quà cáp cho bà Chằng Lửa ấy, nếu không thì bà cứ lờ đi...

Vừa nhìn thấy Đức, bà Charlotte đã chu chéo lên, mục đích cho cả văn phòng Accounting nghe thấy:

- Lại trễ rồi! Ông có biết là phải nộp sổ lương cho tôi cả tiếng trước không? Cứ nộp trễ như thế này, đến Thứ Sáu không có pay check cho nhân viên, chúng nó kiện ông ra nghiệp đoàn là chết đấy…

Chalotte tưởng dọa như vậy thì Đức sợ nhưng Đức tỉnh bơ:

- Sáng nay họp với ông Tổng Quản Lý về việc đón tiếp ông Chủ Tịch công ty đến thăm vào tuần tới, đâu dám bỏ phòng họp đến gặp bà.

Charlotte cười toe, nhỏ giọng:

- Thôi được, có good excuse, tạm tha. À, nghe nói có mấy thứ shampoo và conditioner mới mua của công-ty mỹ phẩm Chanel hay lắm, lúc nào tiện mang lên cho mấy hộp samples nhé.

Đức gật đầu cho xong chuyện và bước mau đến văn phòng Raul Perez, Controller của khách sạn. Ông Perez là người Cuba tị nạn, nhà rất giầu nhưng cũng bỏ của chạy lấy người, như hầu hết người Việt chạy trốn Cộng Sản. Đức có gặp ông vài lần, trong phòng ăn và ông rất có cảm tình và rất thương người Việt Nam vì chịu chung số phận như dân Cuba của ông. Chức vụ Controller rất quan-trọng : ông quản-trị tiền bạc, tài sản của khách sạn, kiểm-soát chi thu, dự trù ngân sách, cố vấn tài chánh cho Tổng Quản Lý. Vì ông luôn luôn phải đi họp với Chủ Tịch và đi thanh tra các khách sạn khác nên ông thường giao việc cho Accounting Director, người Phi-Luật-Tân tên Gus Miranda, là người đã hạch sách, vặn vẹo Đức trong buổi họp sáng Thứ Hai, về báo cáo MOD, về việc Đức không tính tiền hơn 900 phòng và cả 1000 khách không phải trả tiền ăn sáng, làm khách sạn thất thu hơn $145,000. (Vì là dân Phi-Luật-Tân, một nước láng giềng, Gus mới theo dõi tình hình chính-trị và chiến cuộc Việt Nam nên mới biết tên Tổng Thống Nguyễn VănThiệu nhưng vì tên khách trong computer không có dấu nên hắn nghĩ Nguyễn Văn Thiều là Nguyễn Văn Thiệu.)

Ông Perez thấy Đức thì niềm nở:

- Sao, mọi việc ok chứ?

Biết ông Perez rất bận, không có thời giờ nghe Đức kể lể nên Đức đi thẳng vào vấn-đề:

- Seignor Perez, tôi muốn làm cho ông, trong Ban Accounting.Tôi đang học "Accounting và Business" ở George Mason, độ 6 tháng nữa thì tốt nghiệp.

Ông Perez, nhìn ra văn phòng Kế-Toán, qua cửa sổ bằng kính, chỉ cho Đức một bàn trống và nói:

- Tốt quá, tôi đang thiếu Income Auditor vì ông ta mới bị stroke, xin nghỉ dài hạn. Anh có thể thay thế ông ta cho đến khi ông ta bình-phục.Tuy nhiên, là Income Auditor, anh phải làm việc với Night Auditor để kiểm soát việc làm của họ, trước khi họ làm bảng báo cáo lợi tức hàng ngày lên ông Tổng Quản Lý và Bộ Chỉ Huy của công-ty trên Chicago.

Đức mừng rỡ:

- Xong ngay, không trở ngại. Bao giờ thì tôi có thể bắt đầu?

Ông Perez vỗ vai Đức, cười thật hiền hòa:

- Lúc nào cũng được nhưng anh phải xin ông Boss Larry của anh trước, xem ông ấy có bằng lòng cho anh thuyên chuyển không đã vì tôi không muốn mang tiếng là "ăn trộm" nhân viên của ông ta. Rỡn mặt với cháu ngoại của ông Chủ công-ty nguy hiểm lắm...

Đức chào ông Controller, phóng như bay sang phòng Larry. Vừa lúc ấy, bốn Phụ Tá của Đức: Neil, John, Gina, Greg và Anthony, một Houseman Da Đen từ trong phòng Larry bước ra, mặt mày có vẻ nghiêm trọng. Vì văn phòng Larry đang mở nên Đức bước vào mà không cần gõ cửa. Nét mặt Larry không vui. Đức không ngồi xuống như thường lệ và hỏi ngay:

- Có chuyện gì vậy? Họ than phiền, khiếu-nại về tôi?

Larry gật đầu:

- Đúng! Họ nói anh không biết luật lệ gì về nghiệp-đoàn cả. Đây là một khách sạn mà phần lớn nhân viên là đoàn viên của Nghiệp Đoàn 205, một nghiệp-đoàn rất mạnh của vùng Thủ-Đô, anh cần phải học cách đối xử với họ không thì phiền phức lắm. Neil cho biết Đại Diện Nghiệp Đoàn đã gặp Neil và khiếu nại nhiều lần về anh.Tỉ dụ anh bắt Anthony thay bóng đèn ở hành lang. Đó là việc của ban Engineering, không phải của Housekeeping. Nghiệp Đoàn 99 của Engineering có thể kiện cáo vì anh làm như vậy là anh lấy công ăn việc làm của Engineering đưa cho Housekeeping. Ngoài ra, họ thấy anh nhặt rác trên lobby và đôi khi quét cầu thang. Đó là việc làm của nhân viên, không phải của Manager. Anh làm như thế, Nghiệp Đoàn sẽ kiện vì anh lấy việc của Housemen...

Đức tính nói "shit" nhưng ngưng lại kịp. Đức không nghĩ là Anthony khiếu nại vì có một bóng đèn ở hành lang bị hư, trần cao quá, Đức với không tới, nhân thấy Anthony đi qua, Đức nhờ thay dùm và Anthony vui vẻ làm, có than phiền gì đâu. Đây chẳng qua là mưu mô của Neil để làm Đức mất uy tín với Larry. Hắn rủ John, Gina, Greg đi cùng cho lực lượng chống đối thêm phần hùng hậu!

Đức trầm tĩnh nói:

- Tôi không muốn anh phải nghe Neil và đồng bọn than phiền về tôi nữa, tôi xin đổi sang ban Kế-Toán, làm việc càng sớm càng tốt. Ban Kế-Toán đang cần một Income Auditor.

Larry sửng sốt:

- Thật sao? Anh nghĩ kỹ chưa? Đang là Manager, lãnh lương năm khá cao mà bây giờ xin làm Income Auditor, lãnh lương giờ, anh có điên không?

Đức lắc đầu:

- Tôi có ý định này trước khi nhận chức Director ở bên Arlington. Tôi đã thưa với ông Ford và chính ông Ford chấp-thuận cấp học bổng cho tôi đi học lại...

Larry trầm ngâm một lúc lâu rồi nói:

- Thôi được, để tôi nói với Controller...

Đức cười:

- Tôi đã gặp ông Raul Perez trước khi sang đây.

***

Vấn đề thuyên chuyển Đức từ Housekeeping sang Accounting tưởng như xong nhưng giờ chót lại có trở ngại vì cả trăm Housekeepers Đại-Hàn, Việt-Nam, Thái Lan, Trung Hoa và một số Nam Mỹ đã biểu tình trước văn phòng ông Tổng Quản Lý phản đối việc thuyên chuyển và gửi kiến nghị xin giữ Đức ở lại Housekeeping. Đồng thời, ông Tổng Quản Lý và Gíam Đốc phòng Nhân Viên của khách sạn Arlington gửi điện thư đòi khách sạn Hoa-Thịnh-Đốn gửi trả Đức về Arlington ngay lập tức.

The Auditors.

Roger, Gary, Trudie, Đức, Rosa, Luvy, Angela, Ida

Ông Tổng Quản Lý Nelson, đồng thời là Phó Chủ-Tịch của công-ty đặc trách vùng Thủ-Đô, miền Đông Bắc Hoa-Kỳ và gồm cả miền Đông Canada đã phải ra tiếp xúc với Đại Diện Nghiệp-Đoàn để hạ bớt sự căng thẳng của nhóm Housekeepers biểu tình đòi Đức ở lại Housekeeping.

Ông nói:

- Tôi biết các anh, chị không muốn ông Đức thuyên chuyển sang ban Kế-Toán nhưng nếu anh, chị mến yêu ông Đức thì nên cho ông ấy đi vì tương lai của ông, không thể giữ ông ở Housekeeping mãi mãi. Ông Đức phải làm tất cả mọi việc trong khách-sạn như Front Desk, Accounting, Restaurant...

rồi một ngày sẽ được lên chức Tổng Quản Lý. Ông Đức vẫn còn làm ở đây, các anh, chị vẫn có thể gặp ông hàng ngày mà...

Đức đứng bên cạnh ông Nelson, rơm rớm nước mắt. Ban Housekeeping với Đức như một gia đình, không thể một sớm một chiều mà bỏ đi được. Qúa xúc động, Đức không nói được gì, chỉ vẫy tay chào nhân viên, trước khi họ giải tán.

Sau đó, Đức đến gặp Glenn Corsin, Giám Đốc phòng Nhân Viên làm giấy tờ điều chỉnh lương bổng từ "salary" xuống "hourly", từ bảo-hiểm sức khỏe cấp Quản Lý xuống cấp nhân-viên (đóng tiền ít hơn nhưng quyền lợi ít hơn). Đức buồn man mác, bước ra cổng sau của khách sạn, lang thang trên đường D, sang New Jersey, đến Capitol.

Nắng Xuân chan hòa. Gió Xuân mơn man. Những cô gái Mỹ trẻ đẹp tha thướt trong xiêm y mùa Xuân, yểu điệu bước trên đường hoa, vui với người, tươi với đời, có lẽ không còn gì tuyệt vời hơn. Đức cố nhớ những hình ảnh dễ thương ấy vì bắt đầu từ ngày mai Đức phải làm suốt đêm, về nhà ngủ vài tiếng rồi đến trường, học cho lục- cá-nguyệt cuối cùng tại Đại Học George Mason, không còn những phút lang thang quanh Điện Capitol nữa...

***

Vì ông Malik, Income Auditor bị đột quỵ trong lúc làm việc, phải vào nhà thương cấp cứu và hiện nằm nhà dưỡng thương nên không ai huấn luyện, hướng dẫn Đức công việc của Income Auditor. Đức phải lục hồ sơ.tài- liệu cũ trong học tủ và nghiên cứu, tự học. Những gì Đức học ở trường dường như quá lỗi thời, không áp-dụng được trong cuộc sống tân tiến, kỹ thuật phát triển nhanh không kịp học. Những người "dậy" Đức chính là những Night Auditors, nhân viên của Đức. Họ rất giỏi, giỏi hơn là Đức nghĩ. Có một điều rất lạ là

5 Night Auditors là người Phi-Luật-Tân: Roger, Gary, Luvy, Angela, Ida, 1 người Latino: Rosa; 1 người Mỹ đen: Trudie, Roger, Gary trước là nhân-viên quyét dọn lobby; Luvy, Ida là Housekeepers, chỉ riêng Angela là có học về Accounting.

Tất cả 5 người Phi đều được việc làm Auditor vì Gus Miranda, Director của Accounting là người Phi, đã nâng đỡ họ. Dĩ nhiên công việc của Auditor nhàn nhã, sạch sẽ, "trí thức" hơn là quét dọn cầu tiêu hay làm giường, dọn phòng; Ngoài ra, lương lậu còn cao hơn, công việc đều đặn hơn, không bị cắt giờ làm khi khách sạn ế khách.

Gary đã chỉ Đức cách ghi tiền phòng, tiền đậu xe, tiền thuế, tiền linh tinh. Angela chỉ Đức cách ghi tiền ăn, tiền rượu, tiền tip. Roger dậy Đức in báo cáo tiền thu được từ các nhà hàng, bar rượu, Room Service...

Với những dữ kiện trên, các Night Auditors viết xuống bảng tổng kết lợi tức trong ngày bằng bút chì rồi đưa cho Đức duyệt lại và ghi vào computer…

Công việc tưởng giản dị nhưng 6 Night Auditors phải làm gần 8 tiếng mới xong bảng báo cáo vì làm bằng tay và phải ghi chép những con số li ti trong những cuộn giấy lấy ra từ máy register của mỗi restaurant, bar. Hôm nào khách sạn và nhà hàng vắng khách thì công việc ít hơn, Night Auditors có thể ngồi ăn uống, nghỉ ngơi và Đức có thể lấy sách Kế-Toán ra học hay làm bài tập, cho đến sáng.

Khi các Night Auditors ra về thì Đức vào văn phòng Kế-Toán làm báo cáo lợi tức (Daily Income Report) bằng computer, in ra khoảng 50 bản, để vào hộc thư của ông Tổng Quản Lý, Executive Commitee (Sales & Marketing, Banquet & Catering, Chef, Human Resourse, Room, Food & Beverage, Controller, Accounting), các Managers. Thường thường, Đức đợi ông Controller Perez và Director Miranda đến, trình bầy sơ qua về bản báo cáo lợi tức nếu hai người này có câu hỏi.

Ông Tổng Quản Lý, ông Controller, Cashier Supervisor,
Đức, Gary, Accounting Assistant, Restaurant Manager.

Sáng nay, sau khi Đức trình bầy về lợi tức, so sánh mức tăng hay giảm với ngày này năm trước bao nhiêu phần trăm... thì ông Perez, thay vì cho Đức về, lại hỏi:

- Sáng nay có lớp học không? Nếu không, thì ở lại, làm việc với Gus mấy tiếng...

Đức có giờ học vào buổi chiều, sáng nay tính về ngủ rồi đi ciné, xuất trưa có 1 đồng một vé, nghe ông Perez hỏi thế thì ở lại làm việc với Gus, hơi buồn ngủ nhưng cũng ráng thôi. Cứ như thế, ngày nào Đức cũng làm việc với Gus, ngoài ra, còn học thêm việc của bà Cashier Supervisor, học một chút Payroll với bà Chằng Lửa Charlotte. Từ khi Đức làm Income Auditor, không làm lương cho nhân viên Housekeeping nên không bị Charlotte la lối nữa.

Một hôm, Đức đang ngồi đợi ông Perez và Gus thì Charlotte đến gần Đức hỏi nhỏ:

- Này, anh có biết là Neil mới đuổi ông bạn Hải Quân Thiếu Tá Nguyễn Văn Tụ của anh không?

Đức giật mình:

- Bao giờ? Tôi làm tối, rồi bận với Gus, xong việc là về ngay không biết chuyện ấy.

- Ồ, bạn của anh bị đuổi ngay sau khi anh rời Housekeeping, sang Accounting. Neil nói bạn của anh có dính dáng đến vụ làm bể ống nước trong Parking P1, làm Hotel lỗ 150 ngàn...

Đức cố nén văng tục để hỏi thêm:

- Ai cho bà biết chuyện này thế?

Charlotte cười:

- Em út Tú Cao của anh chứ còn ai nữa!

Đức cám ơn Challotte và dự định tối nay sẽ gọi Tú Cao ở nhà.

***

Khoảng 10:30pm, Đức đã có mặt ở Front Desk mặc dầu 11:00 pm mới phải làm việc. Đang giúp một nữ nhân viên đếm tiền, trước khi cô cất "cash draw" thì Đức nghe có tiếng gọi:

- Anh Đức!

Đức quay đầu ra cửa. Người gọi Đức là Tú Cao. Đức bước ra hành lang, cười:

Khiếp, thiêng quá, đang tính gọi thì lại xuất hiện! Tối nay, đi đâu mà lạc đến đây thế? Tú chỉ cười mím chi:

- Em đến để chào anh. Em sẽ nghỉ việc ở đây. Thằng Neil xài không dzô. Sau hôm anh đi, nó đì tụi em quá: nó đuổi anh Tụ rồi, nó bắt em phải trông nom "public areas" (khu công cộng gồm các restrooms, lobby, parking…) cho Greg làm ca đêm, cho Gina từ ca đêm, xuống làm Phụ Tá đặc trách Phòng Giặt và Phòng May. Hình như Neil cũng khoái con Gina "phổi bự" mà con Gina thì đang khoái em…

Đang tức Neil nhưng Đức cũng phải cười thầm:

- *"Trẻ tuổi, đẹp giai, con ông Tướng, lái xe Porsche bỏ mui, phóng vun vút... em nào mà chả khoái..."*

Sáng hôm sau, cả khách sạn Regency Washington náo loạn vì Tú rút súng đuổi Neil chạy khắp parking lot nhưng không bắn, chỉ đấm cho Neil sưng mặt. Nhân viên An Ninh của Hotel (đều thân với Tú), không can thiệp, không làm biên bản vì cho rằng parking lot không nằm trong phạm vi trách nhiệm của khách sạn.

Dĩ nhiên là sau đó Tú Cao bỏ đi, không bao giờ trở lại...

Chương 14

The New
Accounting Director

Ông Controller Perez cho Đức làm việc với Director Accounting Gus Miranda, học việc với Cashier Supervisor Louella, học cách làm lương với Payroll Coordinator Charlotte Drew... là cả một kế-hoạch, có bàn tính với ông Tổng Quản Lý, với Ban Chấp Hành của khách sạn và được sự chấp thuận của Bộ Chỉ Huy trên Chicago.

Mụ Charlotte là người biết kế-hoạch đó vì có người trong Ban Chấp Hành "bật mí" cho mụ nghe nên mụ đổi hẳn thái-độ, đối xử với Đức thật dễ thương, ăn nói với Đức thật ngọt ngào. Ngoài ra, vì làm lương, Charlotte là người nhận được những giấy tờ quan trọng như văn thư thăng cấp, tăng lương nên mụ thường biết trước những gì xẩy ra. Không những thế, mụ còn biết trước ai sẽ mất việc, bị lay-off...

Câu chuyện bí mật được bật mí vào sáng Thứ Năm, trong buổi họp "Staff Meeting" hàng tuần. Sau những mục thông báo thường lệ, ông Tổng Quản Lý hân hoan thông báo Director của ban Kế Toán Gus Miranda được thăng chức Controller của Hotel Arlington, thay thế Jorge Luis được đổi về quê quán Puerto Rico... và người lên thay thế Gus Miranda, the *New Accounting Director là... Đức Nguyen...*

Văn Phòng Kế Toán đã tổ-chức tiệc mừng Đức được thăng chức Giám-Đốc Kế-Toán của Khách Sạn Regency, một khách sạn sang và lớn vào hạng nhất của Thủ Đô Hoa-Thịnh-Đốn. Tiệc mừng được tổ-chức trong Capitol View Restaurant, một nhà hàng sang trọng nhất của Hotel, chỉ dành cho Thượng Khách như Tổng Thống, các chức vụ cao cấp trong Chính Phủ, Thượng Nghị Sĩ, Dân Biểu, Chủ Tịch các Công Ty lớn…

Đức biết văn phòng Kế-Toán được vinh-dự này cũng là nhờ ông Controller Perez và Room Executy Lary yêu cầu và được ông Tổng Quản Lý Nelson cho phép vì đóng cửa nhà hàng một đêm để làm party cho Đức, khách sạn đã mất một số lợi tức khá lớn. Khách mời, ngoài những nhân vật quan trọng trong khách sạn, còn có hầu hết nhân viên của ban Housekeeping thuộc khách-sạn Regency On Capitol Hills và một số nhân viên của Rosalyn-Arlington, dĩ nhiên có Quỳnh Trân, bây giờ là Housekeeping Supervisor, tổng cộng gần 100 người. Đức không ngờ, không tưởng tượng nổi sự ưu đãi, sự quí mến của Ban Chấp Hành (Executies) đã dành cho một người Tị Nạn. Đức không biết sẽ phải làm gì để đáp lại sự tin tưởng, lòng nhân hậu của những người Mỹ đó…

Ngoài tiền lương (salary) gấp đôi tiền lương giờ của Đức, thêm bảo hiểm sức khỏe, 401K, pension, một chỗ "Reserve Parking" có tên Đức Nguyên, Đức còn được mời bạn, gia-đình vào nhà hàng Park Promenade, nhà hàng Seafood Jonas… không phải trả tiền (chỉ trả tiền tip cho nhân viên nhà hàng mà thôi).

Nhân dịp Tết, Đức mời các bạn học cũ ở trường trung học Chu Văn An Saigon, các đồng môn thuộc Viện Đại Học Đà-Lạt vào khách sạn ăn cơm tối tại nhà hàng Capotol View để bạn hữu được nhìn Điện Capitol của nước Mỹ sáng rực cả một bầu trời. Mọi người đều vui và khen ngợi Đức vì nếu không có

Đức thì có lẽ không bao giờ các bạn được đặt chân vào khách sạn sang trọng này và được ngắm Tòa Nhà Lập Pháp của Hiệp Chủng Quốc nguy nga, tráng lệ trong đêm sáng như ban ngày.

Chương 15

Nên Cho Nguyễn Văn Tụ Và Cao Anh Tú Biết Tin Này

Vì quá hách xì xằng, Neil bị hầu hết Giám Thị và Housekeepers khiếu nại nên ông Phó Tổng Quản Lý đặc trách về Phòng là Larry Goldstein phải đổi Neil ra Front Desk, làm Phụ Tá Manager, giám thị các Front Office cashiers và Neil cũng phải làm việc như một cashier trong trường hợp khách sạn bận rộn. Neil được ký nhận số tiền 2,500 dollars cho nhiệm vụ Cashier Supervisor của mình trong trường hợp cashiers cần đổi tiền lẻ.

Gary, Night Auditor, nói cho Đức biết: Neil thích bài bạc và thường lên Atlantic Casino vào dịp cuối tuần. Đức bàn với Gary, Roger và các Night Auditors và quyết định kiểm soát bank của Neil vào sáng sớm Thứ Hai.

Đức đến khách sạn vào lúc 6:45 sáng Thứ Hai cùng với 6 Auditors ngồi đợi Neil. Đúng 7:00 giờ sáng, Neil đến. Đang lúc Neil sửa soạn mở hộc tủ đựng tiền thì Đức nói ngay:

- Chúng tôi được lệnh đếm tiền trong bank của anh. Để nguyên bank đấy, không được đụng chạm đến.

Rồi Trudie, Luvy đếm tiền trong hộc của Neil. Trudie và Luvy đếm tiền rất nhanh, chỉ trong 15 phút là xong. Tổng cộng bank của Neil, cả tiền các lẫn check của khách là $1493.50, thiếu $1,006.50. Đức ra lệnh cho Aida và Angela đếm lại: kết quả vẫn thế. Đức viết kết quả vào bảng kiểm kê, với chữ ký của 6 Night Auditors và Đức. Sau đó, Đức đưa Neil vào gặp Larry rồi Larry và Đức dẫn Neil sang phòng Nhân Viên. Dù Glenn Corsin, Giám Đốc Phòng Nhân Viên, là bạn thân của Neil nhưng cũng không làm gì hơn là cho Neil nghỉ việc vì Neil đã phạm một lỗi lớn:"thâm thụt tiền bạc của khách sạn", là một lý do bị đuổi ngay lập tức.

Neil phải trả chìa khóa của khách sạn, bảng tên và "được" nhân viên An Ninh hộ tống ra cửa liền sau đó. Bye bye Neil!...

Nhìn bộ mặt thiểu não và dáng đi chập choạng của Neil, phía ngoài "Employee Entrance", vì bản tánh thương người, tự dưng Đức thấy tội nghiệp và cho đến ngày hôm nay, Đức không biết là mình đuổi Neil như vậy có quá khắt khe hay không...

Chương 16

Em Có Biết Ta Chờ Mong?

Khách sạn Regency là một trong 5 khách sạn có mức thu hoạch cao nhất của công-ty vì lợi tức nhiều mà chi phí ít. Bộ Chỉ Huy trên Chicago gửi giấy khen Tổng Quản Lý và Ban Chấp Hành, trong đó có Đức. Ông Perez, Controller thường đi thanh tra và đi họp, ít khi có mặt ở khách sạn. Do đó, Đức hành xử như một Controller.

Ông Perez đã ngoài 60, đi thanh tra mãi cũng chán và mệt mỏi rồi nên đề-nghị với Bộ Chỉ Huy cho Đức đi thay ông.

Các Phụ Tá của Controller.

Thành phố đầu tiên mà Đức phải ghé thăm trên con đường đi thanh-tra là New Orleans. Từ hồi còn học ở trung học đã thích nhạc Jazz và đã đọc nhiều sách về thành phố của loại nhạc đặc-biệt này. Đức còn nhớ trên tường, trong phòng học của chàng, Đức có treo một bức tranh vẽ đoàn nhạc-sĩ da đen đang trình-diễn, nhảy múa trên đường phố New Orleans. Bức tranh dùng rất nhiều mầu đỏ làm nền và hình dáng của những người nhạc-sĩ da đen đã nổi bật lên, cùng với mầu vàng chói của những cây kèn đồng, trông thật tương-phản nhưng cũng thật tươi vui, man-dại.

Phái-đoàn thanh-tra ở tại khách-sạn Hyatt Regency New Orleans, một khách-sạn sang trọng, thuộc khu-vực thương-mại trong trung-tâm thành-phố. Ngay khi chiếc limosine của khách-sạn ngừng bánh, Đức đã thấy Michael Smith và một số quản-trị-viên đứng chờ phía ngoài khu tiếp-tân. Vừa thấy Đức, Michael đã bước tới thật nhanh, mở cửa xe, bắt tay Đức vẻ mặt thật mừng rỡ:

- Ông Đức Nugent, lâu lắm mới được gặp lại ông. Đại-diện ban quản-trị và tất cả nhân-viên của Hyatt Regency

New Orleans, chúng tôi hân-hạnh được đón tiếp ông và phái-đoàn thanh-tra của Bộ Chỉ-Huy Trung-ương.

Michael vốn là một quản-trị-viên tập-sự, làm việc với Đức hồi mới tốt-nghiệp đại-học, ở Regency Washington. Hồi ấy, chương-trình tập-sự của quản-trị-viên là hai năm. Thường thường họ được lựa chọn tại các đại-học nổi tiếng, được huấn-luyện tại tất cả các ban, các khu-vực trong khách-sạn và chỉ có thể trở thành một quản-trị-viên thực-thụ nếu có phiếu điểm xuất-sắc do các Trưởng ban phê chuẩn.

Michael là một thanh-niên da đen, tuy rất thông-minh nhưng lại rất ham chơi. Vì còn trẻ, vì là lần đầu tiên trong cuộc đời được lên Thủ-đô, từ một vùng quê nghèo nàn của Louisiana, Micheal đi chơi thâu đêm, cố hưởng trọn những đêm vui của Georgetown D.C, Oldtown Alexandria. Dù có một sức khỏe phi-thường của một chàng trai da đen, Michael cũng không tránh nổi những cơn buồn ngủ; Do đó, Michael đã bị một Giám-thị người Mỹ trắng rình rập và bắt quả tang chàng đang ngủ say sưa trong một kho chứa đồ. Dĩ nhiên là Michael bị cảnh cáo và bị phê điểm dưới mức trung-bình. Michael tưởng rằng sẽ phải bỏ mộng Quản-trị Khách-sạn, về Louisiana trồng bông, làm ruộng, chăn ngựa như ông cha mình ngày xưa.

Nhưng Đức đã cứu Michael. Thương thằng con trai nghèo, gốc nô-lệ, luôn luôn bị bọn da trắng khinh khi, đầy đọa, chẳng khác gì cách đối-xử với Đức khi chàng mới vào làm chân tập-sự ở công-ty này. Với tư-cách của Giám-Đốc Kế-Toán, Đức đã cho Michael một điểm số rất cao và một phiếu phê-bình xuất-sắc. Nhờ vậy mà Michael tốt-nghiệp với hạng Ưu và được chọn bất cứ khách-sạn nào của Hyatt mà anh ta muốn làm. Michael đã chọn New Orleans, gần nơi sinh trưởng của Michael, được gần cha mẹ già, họ hàng, bạn bè.

Đã ba, bốn năm Đức không gặp Michael. Hôm nay, Đức thấy nó mập ra và cách phục sức rất lịch lãm, hợp thời. Bàn tay to tròn của Michael vẫn còn nắm chặt lấy tay Đức:

- Gặp lại boss, tôi mừng quá. Sau khi thanh-tra, boss ở lại chơi với tôi. "Thầy trò" mình sẽ "ăn chơi" một phen cho "đã". Boss có nghe tin tôi mới được lên chức Tổng Quản-Lý chưa?

Nguyên chưa biết tin ấy. Chàng ôm lấy Michael, vỗ mạnh vào sau vai anh ta:

- Giỏi quá. Có lời mừng cậu. Cậu xứng đáng lắm.Tôi biết cậu sẽ không phụ lòng tin của tôi...

Michael cho nhân-viên xách hành-lý của Đức và đưa Đức lên phòng ngủ, cũng có cái tên là Presidential Suite, chắc là để dành riêng cho President của công-ty, cho President của xứ Hoa-Kỳ hay cho những vua chúa xứ Ngàn Lẻ Một Đêm.

Căn phòng rộng không khác gì một apartment với ba phòng ngủ: một phòng lớn trang-hoàng thật sang trọng, với giường ngủ cỡ lớn, một phòng ngủ xinh sắn, có hai giường đôi để dành cho con cái, một phòng khách có bộ bàn ghế bọc nhung, một vài cái ghế bành bằng da, một bàn giấy tròn, to và đặc-biệt là có một tủ sách cao, dài chiếm gần hết một phía tường. Ngoài ra, còn có một phòng ăn với bộ bàn ghế đủ cho hai mươi bốn người.

Trên bàn ăn, Đức đã thấy bày một mâm trái cây đủ loại, một mâm đồ biển để ăn chơi và một chai Remy Martin, thứ rượu mà Michael biết Đức rất thường nhấm nháp. Đức cám ơn Michael rồi xin cáo lỗi đi thay quần áo dạo phố.

Đức vừa thay quần áo xong thì có tiếng gõ cửa và có tiếng cười nói ồn ào ở ngoài hành-lang. Chưa cần mở cửa, Đức cũng biết đó là giọng của mấy bạn trong nhóm thanh-tra kế-toán từ các tiểu-bang khác về đây làm việc với chàng.

Đúng như Đức nghĩ, khi cửa mở, Đức nhận ngay ra đó là Jay, từ Chicago về, John từ California sang, Larry từ Texas lên và Kathy, từ Hawai vào. Ngoài ra, còn có vài khuôn mặt lạ, chắc là các phụ-tá mới được tuyển chọn, đi theo phái-đoàn thanh-tra để thực-tập.

Mới nhìn thoáng qua và bắt tay, chào hỏi sơ sơ, Đức cũng đã nhận thấy ngay nét trẻ, đẹp của các nữ phụ-tá này. Đức chợt nghĩ đến Michelle, cô phụ-tá xinh-đẹp của mình. Đức đã không dẫn Michelle đi theo vì cô nàng mới đính hôn, cho cô ở lại nhiệm sở để có dịp vui hưởng quãng thời gian đẹp nhất của những người yêu nhau.

Đức cùng các bạn xuống lobby. Theo chương-trình thì tối nay, phái-đoàn ăn tiệc tại một nhà hàng trong khách- sạn, nhưng ai cũng náo nức muốn xem thành-phố New Orleans về đêm nên rủ nhau ra khu "French Quarter".

Vào giờ này, con đường Bourbon đã đầy người. Trên hè đường, thường có những người da đen chơi nhạc Jazz. Có người thì thổi kèn một mình. Có người chơi đàn giây lẻ loi. Cũng có những người cùng hòa nhạc với nhau bằng đủ thứ nhạc khí. Đức là người mê nhạc nên đứng lại nghe, quên cả đói. Nhưng cuối cùng thì Đức cũng phải theo nhóm bạn, vào một nhà hàng đặc-biệt về hải sản và có ban nhạc "Blue Tango", trình-diễn hàng đêm cho phần khiêu-vũ.

Những món cua, tôm, sò, cá nấu rất lạ rất ngon. Những ly rượu vang đắt tiền, đã làm tăng thêm khẩu vị. Bạn bè lâu ngày không gặp, biết bao nhiêu chuyện cần hỏi, cần nói. Đức vui vẻ cười đùa giữa đám bạn Mỹ cùng nghề- nghiệp nhưng vẫn cảm thấy một sự thiếu vắng nào đó, không có những cởi mở như khi gặp lại bạn bè cũ, thuở niên-thiếu.

Laura, nữ phụ-tá của Larry, cô gái tóc có mái tóc vàng sõa vai, khuôn mặt đẹp ngây thơ, nhìn Đức với đôi mắt ngọc thạch và cười với chàng bằng đôi môi hồng xinh xinh, tự-nhiên như không thoa son:

- Ông Nugent im lặng quá, chắc là nhớ bà xã?

Larry cười to:

- Lộn rồi, em bé ơi. Ông Nugent còn "mổ côi" vợ. Người là giòng dõi quí-tộc, thuộc triều-đại nhà Nguyễn, giòng vua cuối cùng của Vietnam nên còn kén lắm, chưa có ai lọt vào mắt nâu của Người cả.

Laura không biết Larry nói thật hay nói đùa vì làm việc với Larry mới được mấy tháng, sau khi tốt nghiệp đại- học Cornell về môn Quản-Trị Khách-Sạn. Do đó, cô hỏi Đức với một giọng nói ngạc nhiên, thật dễ thương:

-Vậy ông là "The Last Prince of Vietnam"?

Đức chưa kịp trả lời thì Larry, John, Jay, Kathy và cả nhóm đã nhao nhao lên:

- Đúng rồi. Ông Nugent là vị "Hoàng-Tử Cuối Cùng" và sẽ là "Hoàng-Đế Cuối Cùng" của Vietnam đấy; Cho nên khi nói chuyện với Nugent, mình phải lễ-phép, kinh-cẩn, phải luôn luôn gọi Người là "Your Highness", nghe chưa?...

Vừa lúc đó, ban nhạc "Blue Tango" bắt đầu bằng một bản luân-vũ chậm. Đó là bài "Tennessee Waltz", bản nhạc mà Đức đã một thời mê thích. Laura mời Đức ra sàn nhẩy.

Cầm bàn tay thon nhỏ và ôm thân thể mềm mại của Laura, Đức dìu nàng vào điệu nhạc dịu dàng. Hai người nhẩy thật tha thướt, thật say đắm. Mùi thơm của mái tóc vàng óng thoảng vào khứu-giác của Đức khiến chàng vô cùng ngây ngất. Đôi môi hồng của Laura khẽ run theo tiếng nhạc.Đức khe khẽ hát theo nàng, thì thầm bên tai nàng. Bàn tay mềm mại của Laura dường như nắm chặt tay và thân thể ấm êm kia đã dựa sát vào thân thể từ lúc nào...

Rồi nhạc chuyển sang một điệu vui tươi. Laura nhún nhẩy thân hình thon gọn theo nhịp trống, nhịp đàn. Hai cánh tay nàng múa theo âm-thanh rộn ràng. Mái tóc sõa tung và nụ cười như không bao giờ tắt. Đức cảm thấy tuổi hai mươi trở lại với chàng. Đức muốn quên đi tất cả, gửi cả hồn mình vào âm-thanh, vào nhịp bước Samba.

Nhóm bạn của Đức cũng đã xếp hàng sau lưng chàng và tất cả cùng nhẩy múa theo bước đi của rắn, giống như hồi nhỏ chàng vẫn thường chơi trò "rồng rắn lên mây". Ban nhạc hứng khởi chơi thêm nhiều bản nhạc Nam Mỹ cuồng nhiệt. Hầu hết thực-khách đều ngừng ăn, hò hét và vỗ tay làm nhịp.

Đêm vui tưởng như không bao giờ tàn. Ở đây, thời gian không còn chỗ đứng. Ở đây, không ai biết dùng đơn-vị gì để đo thời-gian. Đức và các bạn trở về khách-sạn lúc nào, không ai nhớ rõ. Cũng không ai muốn nhớ lại, nghĩ tới những gì đã xẩy ra. Có một điều mà Đức biết rõ là: Laura đã về Presidential Suite khi nàng say mềm. Đức đã dìu nàng vào phòng ngủ của chàng, cởi áo ngoài cho nàng, đặt thân-thể kiều-diễm ấy trên chiếc giường ngủ sang trọng như chiếc giường của vua chúa, đắp lên người nàng một tấm chăn mỏng rồi sang phòng khách, ngủ thiếp đi trên chiếc ghế bành, bên cạnh tủ sách. Trong giấc ngủ chập chờn, Đức nằm mơ thấy Quỳnh Trân. Đức dự-định sẽ gọi điện-thoại, dự định sẽ gọi điện-thoại hỏi thăm Nàng, nhưng khi tỉnh dậy, Đức đã quên mất vì Laura cứ quấn-quít bên chàng.

Chương-trình làm việc của Nguyên ở New Orleans kéo dài gần một tuần lễ. Thường thì ngày làm, đêm đi ăn chơi. Nhờ có Michael hướng-dẫn, Đức đã được thăm hầu hết những nơi chốn dành cho du-khách đến thăm. Đức cũng được Micheal dẫn về đồn-điền, nơi mà tổ-tiên của Michael đã làm nô-lệ. Tại đồn-điền bát ngát này, Đức tưởng như lạc vào những đồn-điền trong cuốn phim "Cuốn Theo Chiều Gió".

Đức cũng có dịp được vào xem ngôi biệt-thự nguy nga của gia-đình người Mỹ trắng, chủ-nhân của những đồn- điền mênh mông, bát ngát, chủ-nhân của hàng trăm nô-lệ. Theo Michael thì dòng giõi cuối cùng của gia-đình người Mỹ trắng này là một cô con gái, sau khi lấy chồng, đã theo chồng về thành-phố lớn, tặng cả ngôi biệt-thự và đồn-điền này cho chính-phủ tiểu-bang để làm Bảo Tàng Viện.

Nhìn hình chụp của những người đã từng sống ở đây hơn hai trăm năm, từ khi còn bé, đến lúc trưởng-thành, lấy vợ lấy chồng, có con cháu rồi mất đi để những con, những cháu tiếp-tục y khuôn một chu-kỳ như vậy, Đức cảm thấy bùi ngùi thương cho kiếp người ngắn ngủi.

Một tuần lễ ở New Orleans trôi qua quá mau chóng. Đức tính đi thăm một vài người bạn như Y-sĩ kiêm kiêm Họa-sĩ Mùi Quí-Bồng nhưng rồi đến ngày cuối cùng lại phải họp hành, thuyết-trình liên miên nên đành thất hẹn.

Sau New Orleans, phái-đoàn đi thanh-tra đảo Hilton Head ở South Carolina. Đây là một nơi nghỉ mát tuyệt vời với những khách-sạn sang trọng nằm ngay tại bãi biển, chạy dài mấy chục dậm.Tuy vậy, Đức vẫn thích, vẫn nhớ New Orleans hơn.

Sau cùng, phái-đoàn tranh-tra ghé Orlando, Florida. Chương-trình làm việc cũng mất một tuần mới hoàn tất. Nhóm Larry, Jay, John và các phụ-tá chia tay Đức ở phi-trường Orlando. Lúc từ-giã Laura, Đức đã phải cố- gắng lắm mới không hôn lên môi nàng, chỉ hôn nhẹ lên má nàng và ôm ghì trong một khoảnh khắc rất ngắn...

∗

Đức về thị-trấn Chantilly vào một buổi chiều chủ-nhật. Trở lại miền Bắc, Đức cảm thấy thân xác lâng lâng. Vừa xếp dọn hành-lý xong, Đức mang những quà kỷ-niệm và đồ chơi mà chàng đã mua ở New Orleans vào xe, rồi phóng nhanh đến nhà Quỳnh Trân.

Trời đã sắp tối rồi, sao nhà Trân không có ánh đèn? Mặt trời đã lặn sau dãy núi mờ mờ sương chiều mà hiên nhà của Trân tối om? Đức xách túi quà, bước nhanh vào ngôi nhà gỗ với dàn hoa tím quen thuộc. Tất cả cửa sổ, cửa ra vào đều đóng kín.

Trước nhà, gần cây dương liễu, có một tấm bảng dựng lên từ bao giờ. Dù không có ánh đèn, dù sương chiều rơi làm mờ nhạt cả một góc trời nhưng Đức cũng vẫn đọc được những giòng chữ trên tấm bảng

NHÀ BÁN

Liên lạc: Duke Nugent

USA Executive Realty (703) 901-9807

Duke Nugent là tên Mỹ của Đức, dùng riêng cho những dịch-vụ về lãnh-vực địa-ốc. Đức đang đứng tần-ngần, bối-rối thì người hàng xóm Mỹ đen, một thương-phế-binh trong cuộc chiến-tranh Việt-Nam, chống nạng lết tới trước nhà Quỳnh Trân.. Đức đã gặp ông Mỹ đen này vài lần, khi đưa Quỳnh Trân về nên cất tiếng chào hỏi vồn-vã.

Ông Mỹ đen lật đật bước tới, đưa Đức một phong thư và nói nhanh:

- Quỳnh dựng tấm bảng đó và nhờ tôi đưa cho ông lá thư này.

Đức thấy đầu óc choáng váng. Chàng xé rách phong bì, đọc thật nhanh:

VA ngày….tháng … năm ….

Anh Đức quý mến,

Đức không còn nhìn thấy gì nữa. Không biết sương chiều che mờ trời đất hay nước mắt đã xóa nhòa vạn vật. Đức thất thểu bước ra xe.

Thân thể như rã rời, Đức ngồi bất động, lặng nhìn về phía bên kia đồi, nơi mà Quỳnh Trân và Đức thường ngồi nhìn trăng lên và hát bài "*Vầng Trăng Nói Hộ Lòng Tôi*". Trong một chút ánh sáng của hoàng hôn còn sót lại, nóc chuông nhà thờ hiện lên. Từ nơi đó, tiếng chuông chiều ngân vang, bao trùm cả khoảng không gian mờ ảo.

Đức tưởng như mình đang lạc vào một khu vườn của thiên-thần, một thánh-địa tươi mát, suốt năm chỉ có mùa Xuân, mọi người sống an vui và không bao giờ chết.

Đức thì thầm:

- "Lạy Trời cho con được gặp lại Quỳnh Trân, cho con được yêu thương, săn sóc Quỳnh Trân đến trọn đời"

Chương 17

Lần Đầu Gặp Em
(First Time Ever I saw Your Face)

Được lên chức Giám Đốc Kế-Toán (Accounting Director) cho một công-ty lớn và một khách-sạn hạng sang, hơn 900 phòng, bên cạnh Điện Capitol, không phải là chuyện dễ dàng vì ít nhất phải có bằng CPA hoặc bằng Master về Kế Toán của một Đại-Học danh tiếng, có nhiều năm kinh nghiệm trong nghề và quan-trọng nhất phải có người giới-thiệu. Đức không quen ai, "tứ cố vô thân", có bằng Bachelor hạng xoàng của một Đại-Học không có tiếng gì cho lắm nhưng chỉ trong vài năm leo từ chân Income Auditor, lãnh lương 15 đồng một giờ, lên đến chức Giám Đốc, lãnh lương năm, cao hơn lương Giám Đốc Housekeeping rất nhiều. Đức không tiếc nuối gì chức vụ cũ và cho là mình đã quyết định rất đúng cho tương-lai của mình.

Trong Phòng Kế-Toán, có Controller đứng đầu rồi đến Phụ-Tá Controller (nhưng ông Perez không cần Phụ- Tá), Giám-Đốc Kế-Toán. Rồi đến các ban: Tín Dụng, Thanh Toán Hóa Đơn, Lương Bổng, Thâu Ngân, Kế-Toán Ban Đêm, và chuyên viên Computer tổng cộng trên dưới 20 nhân viên. Trong ban Tín Dụng có một nhân-viên người Việt tên là Chung, khóa 19 VB Đà-Lạt, tay phải bị thương nên phải dùng tay trái. Nhiệm vụ của Chung là thu góp các bản sao của thẻ tín dụng, liệt kê các ngân phiếu của khách, mang đến ngân hàng, mỗi ngày. So sánh khóa 19 VBGQ với khóa 21 Bộ Binh Thủ Đức thì Chung thâm niên hơn Đức nên Đức rất kính nể "đàn anh", hay ngồi ăn trưa với Chung và tâm sự về đời lính. Chung thường nói với những người Việt, nhất là bà Kim, nhân-viên nấu ăn trong Phòng Ăn Nhân Viên:

- Ông Perez khoái Đức, cho Đức lên chức nhanh như vậy vì Đức nịnh giỏi lắm...

Đức không buồn khi bà Kim nhắc lại câu ấy của Chung. Đức giảng giải cho bà Kim nghe hy vọng bà và những đồng hương không nghĩ như Chung:

- Mấy ông Xếp Mỹ họ không ngu đâu! Họ thấy tôi làm việc được và làm một lúc 2, 3 việc, giảm được tiền lương của mấy người cho nên họ cho lên chức. Tôi làm Giám Đốc nhưng kiêm chân Income Auditor, giám-thị Night Auditors, rồi làm luôn việc của bà Cashier Supervisor Louella đi đẻ. Có nhiều buổi sáng, cashier của nhà hàng đau, không tới, tôi phải phóng đến, làm cashier từ 6 giờ sáng. Có tối, Night Auditor bị bịnh, tôi cũng phải đến làm đêm. Có nhiều khi tôi ăn ở trong khách sạn liên tiếp mấy ngày, các Xếp đều thấy...

Bà Kim, là chị một ông cựuTổng Giám Đốc Kế-Hoạch và là vợ của một cựu Dân Biểu nên tỏ vẻ hiểu biết:

- Ông làm việc cực quá, không có thời giờ cho bạn gái nữa! Có muốn không, tôi làm mối cho?

Bất chợt, Đức nghĩ tới Kyong Sook và Quỳnh Trân. Đức chưa thể quên được hai người ấy, dù đã lâu không gặp.

Không gặp, không có tin tức. Đức tìm cách từ chối:

- Ông anh họ tôi quen với cụ Ban.Trước khi tôi đi du học, anh tôi dẫn tôi đến thăm cụ. Cụ bảo tôi: "Số em là số tha phương cầu thực và sẽ lấy vợ nước ngoài và vợ em sẽ đẹp lắm...". Tôi tưởng mình đi học, hết khóa thì về, ai dè kẹt lại Mỹ, đúng là số "tha phương cầu thực", như cụ đã nói; Riêng mục lấy vợ ngoại quốc và đẹp thì chưa thấy…

***

Thực sự làm cực, nhiều giờ, nhiều việc Đức không ngại vì là lính chịu cực khổ quen rồi nhưng có một vấn-đề mà Đức không thích cho lắm. Đó là việc phê điểm nhân-viên. Ông Perez làm Controller lâu quá rồi, phê điểm nhân-viên bao lâu nay đã chán nên đùn việc ấy cho Đức.

Dave, Mỹ Trắng, Trưởng Ban Tín Dụng là một anh lại cái, bị tình nhân bắn què giò vì ghen, đi lại phải chống gậy, tính tình đồng bóng, vui đấy, buồn đấy, làm cho khách sạn trên 5 năm nên hơi có vẻ ta đây. Đức lại không có nhiều kinh nghiệm nên phê điểm Dave thật là khó. Do đó, để tránh tranh cãi, bất mãn, Đức cho Dave điểm khá cao.

Riêng với Bà Chẳng Lửa Cholotte Payrol Coordinator, Đức cho bà 8/10 điểm về công việc, chỉ cho 5/10 điểm về hạnh kiểm. Bà Chẳng Lửa không chịu, mặc cả thêm điểm.

Ông Perez đi phía ngoài văn phòng cửa kính của Đứcnhìn thấy tình hình có vẻ gây cấn ở trong thì cười tỉnh bơ và nói với nhân viên của Phòng Kế-Toán:

- Hai tên đó đang "giết" nhau, chuẩn bị gọi xe Cứu Thương là vừa...

"Không dè ông Nội Cuban này cũng có máu Tiếu Lâm!", Đức bảo Chung khi nghe Chung báo cáo lời ông Perez nói. Tuy nhiên, Đức cũng thở phào nhẹ nhõm vì việc phê bình Charlotte đã xong, dù bà Chẳng Lửa có khóc bù lu bù loa, Đức cũng không cho bà thêm một điểm nào. Phê điểm những nhân viên còn lại tương đối dễ dàng hơn…

Đức dự trù về sớm hôm nay, ngủ một giấc rồi tối trở lại khách sạn làm nốt công việc phê điểm Night Auditor. Nhưng chưa kịp ra khỏi hành lang Executive Office thì gặp Glenn Corsin, Giám Đốc Phòng Nhân Viên, đi đến với một cô gái tóc nâu, chân dài. Đặc biệt là cô tóc nâu này có đôi mắt mầu ngọc thạch, thật đẹp và một nụ cười thật trong sáng, hồn nhiên, làm Đức nhớ đến bản nhạc "The First Time Ever I Saw Your Face":

"The first time ever I saw your face

I thought the sun rose in your eyes"

Glenn chắn ngang đường, không cho Đức bước tới, đưa Đức một tập hồ sơ và chỉ cô gái:

- Cho bạn một Accounting Trainee (Học Viên Kế Toán): Helene, mới xong...

Vì biết ông Tổng Quản Lý, Glenn và một số Executives tốt nghiệp Đại Học Cornell nên Glenn chuyên môn tuyển dụng Sinh Viên tốt nghiệp Đại Học Cornell, Đức nói nhanh:

From Cornell, tôi biết!

Glenn cười to:

- Hố rồi bạn ơi! Helene tốt nghiệp UVA (University of Virginia) ha ha!

Helene: Accounting Trainee.
(Học Viên Kế-Toán)
** Hình hơi mờ vì mới tìm ra, trong hồ-sơ nhân-viên.*

Helene chào Đức với cách phát âm của người Âu Châu, rất dễ thương. Sau một lúc nói chuyện, Đức biết Helene là dân Canadian, nhà ở Montreal. Còn nhớ chút tiếng Pháp khi học ở trung học, Đức cố nặn ra từng câu nhưng Helene cũng hiểu thứ tiếng Pháp "quê" ấy và rất thích thú vì hai người nói chuyện với nhau mà cả Phòng Kế- Toán như điếc, như "vịt nghe sấm". Ông nội của Helene gốc Ái-Nhĩ-Lan, bà nội là người Pháp sang Montreal lập nghiệp từ lâu. Ba của Helene kết hôn với một người Ý nên Helene có một vẻ đẹp thật lạ, thật hiếm.

Đức thoáng nghĩ đến câu nói của cụ Ban khi Đức và anh Vân đến thăm Cụ, trước khi Đức đi Mỹ vào năm 1974: "Em sẽ lấy vợ đẹp và vợ em phải là người nước ngoài..." nhưng vội vàng xua đuổi ý nghĩ ấy đi ngay vì không muốn thêm một lần đau khổ vì tình yêu dang dở.

Bài học đầu tiên Đức muốn trình bầy với Helene là tổ-chức của một khách-sạn vì bất cứ ai muốn thành-công trong lãnh-vực quản-trị khách-sạn cần phải hiểu rõ tổ-chức của hệ-thống khách-sạn hiện nay. Đức còn nhớ y nguyên câu nói của ông Thiếu Tá Hùng, cựu Quận Trưởng Củ Chi (xin đừng đọc lái) khi nghe Đức là Giám Đốc của Ban Housekeeping: "ồ, nếu chỉ phải coi mấy em làm phòng thì quá dễ, đâu có khó như chỉ huy lính"…

Ông Hùng không biết là ngoài việc "coi mấy em làm phòng", Đức còn phải làm nhiều việc khác; ngoài ra, chỉ huy cả trăm phụ nữ đủ quốc tịch, đủ trình độ, không dễ như ông Hùng tưởng!

Để việc huấn-luyện Helene không buồn tẻ, Đức dẫn Nàng đi thăm các Phòng, Ban,Sở, kể cả các Nhà Hàng, Quán Rượu, Tiệm bán quà kỷ niệm, các Phòng Khánh Tiết...

Đầu tiên, Đức và Helene đến văn-phòng ông Nelson, Tổng Quản Lý kiêm Phó Chủ-Tịch của Công-Ty, đặc trách miền Đông Hoa-Kỳ và miền Đông Canada. Phòng làm việc của Tổng Quản Lý rộng lớn và trang trí rất đẹp.Trước phòng làm việc của ông Tổng Quản Lý là bàn giấy của bà Leila, Thư Ký riêng của ông Tổng. Bà Leila là một phụ-nữ Trung Hoa lai Mỹ, có tuổi nhưng còn đẹp. Chắc là hồi còn trẻ bà Leila đã làm vỡ nát tim của nhiều chàng trai si tình. Đức giới thiệu Helene với Leila rồi nói thêm:

- Nếu Helene cần phòng khách-sạn ở nước ngoài như Âu Châu, Á Châu... bà Leila có thể lấy phòng với giá đặc biệt được vì bà quen biết hầu hết các Tổng Quản Lý.

Vì ông Tổng đang nói chuyện trong điện-thoại nên Đức chỉ vẫy tay chào ông dẫn Helene sang những phòng bên cạnh: Giám Đốc Sales & Marketing và các Managers, Giám Đốc Food & Beverage, Banquet & Catering, Room & Reservation, Human Resourses. Đức dẫn Helene đi đủ một vòng, cuối cùng quay về Accounting. Helene ngây thơ hỏi:

- Thế ông Chủ Hotel ngồi đâu? Đức cười:

- Ai cũng nghĩ là ông Chủ Hotel phải làm trong Hotel nhưng thực sự Chủ Khách Sạn giầu lắm, cứ ngồi nhà, thuê người làm cho mình và thu tiền khơi khơi ! Có nhiều người nghĩ ông Tổng Quản Lý là Chủ khách sạn nhưng thực ra ông ấy cũng chỉ là người đi làm công cho các Ông Chủ mà thôi. Chỉ khác một điều là ông Tổng làm công nhưng không cực và lãnh nhiều tiền hơn nhân viên quèn thôi.

Helene tỏ vẻ hiểu biết:

- Nếu vậy thì Công Ty Điều Hành khách sạn chưa chắc đã là Chủ Khách-Sạn? Đức gật đầu:

- Đúng thế! Chủ khách-sạn là một "đại gia" hoặc một nhóm đại gia xây cất khách sạn rồi thuê những công-ty như Hyatt, Hilton, Sherathon. Holiday Inn... điều hành, trả cho các công-ty đó một số tiền theo phần trăm của lợi tức gọi là "management fee". Hyatt, Hilton, Marriott, Sherathon... cũng sở hữu một số khách sạn nhưng phần lớn là họ chỉ điều-hành mà thôi.

Không muốn Helene nhức đầu, Đức đề-nghị:

- Còn văn phòng Bảo-Trì và Sửa Chữa ở dưới Garage, sẽ thăm sau. Bây giờ mình lên lầu 11, ghé Capitol View Restaurant ăn chút gì đã.

Capitol View là một nhà hàng nấu theo kiểu Tây, có một ông Chef Cook, học ở trường Le Cordon Bleu bên Pháp, người Mỹ, gốc Việt tên là Joseph Nguyễn nấu thức ăn Tây hết sẩy. Thực khách của Capitol View phần lớn là các Thượng Nghị Sĩ, Dân Biểu, Chính-Trị Gia, Nhà Báo, Phóng Viên Đài Truyền Hình, vừa ăn vừa ngắm Điện Capitol ngạo nghễ trong bầu trời xanh của Hiệp Chủng Quốc Hoa-Kỳ.

Sau cơm trưa, Đức dẫn Helene xuống thăm Nhà Bếp Chính của khách sạn, đằng sau Park Promenade Coffee Shop. Nhà Bếp Chính được điều khiển bằng một Executive Chef với 4 Sous-Chefs, có nhiệm vụ nấu ăn cho Park Promenade, Room Service và các tiệc tùng của Banquet & Catering. Executive Chef tên James, còn trẻ, cao ráo, đẹp trai như Robert Redford. Nhân viên trong kitchen đều được gọi một cách lịch sự là Chef mặc dầu danh xưng của họ được xếp hạng là "cook". Các đầu bếp đều vào nghiệp-đoàn và theo qui-chế nghiệp đoàn, mấy ông đầu bếp này được cung cấp mỗi ngày một chai bia hay rượu để uống trong bữa ăn (Sướng thật.) Lương của Cook tương đối cao so với lương giờ của các ban khác và lương của Executive Chef đôi khi còn cao hơn lương của Director Accounting, tùy theo khách sạn có nhiều hay ít nhà hàng.

Từ Kitchen, Đức và Helen ghé qua nhà hàng Đồ Biển Jonah's Seafood, nhà hàng đắt tiền không kém gì Capitol View. Sau Jonah's, Đức đi qua Front Desk, vào phòng Điện-Thoại. Nhân viên của Front Desk và phòng Điện Thoại gặp Đức thì mừng rối rít.

Tầng thấp nhất của khách sạn là tầng Ballroom với đủ loại to hay nhỏ tùy theo nhu cầu của khách : từ phòng họp cho 100 người đến phòng tiệc cho 1000 người, 1500 người, trải thảm với đèn trần sáng choang. Trông nom việc xếp dọn những phòng khánh tiết này là một người Việt, khóa 20 Võ Bị Đà-Lạt, đàn em của Chung, tên Lưu, làm việc rất giỏi, kê bàn xếp ghế nhanh như chớp.

Cuối cùng Đức dẫn Helene về "mái nhà xưa", ban Housekeeping của Đức. Nhân viên Phòng Giặt, Phòng May, nhân viên ca chiều và một số Housekeepers xong việc sớm, sửa soạn ra về, thấy Đức thì reo hò mừng rỡ, náo loạn cả một tầng lầu. Helene đang thắc mắc vì không hiểu gì cả thì một số Housekeepers người Đại Hàn đã ôm chặt lấy Đức và nói:

- Boss cũ của chúng tôi đó. Chúng tôi yêu quý ông ấy vô cùng, không muốn ông đi đâu hết, ở đây mãi mãi...

Chương 18

Grand Hotel

Cuộc đời là một sự chuyển dịch không ngừng như vũ-trụ quanh ta. Các Housekeepers không muốn Đức đổi đi, mong Đức ở lại với họ, ở lại khách-sạn Regency mãi mãi nhưng như vậy là trái với luật của tạo-hóa.

Hôm nay, trong buổi họp tham mưu, ông Tổng Quản Lý Nelson đã đọc một văn thư của ông Jay Fritzer, Chủ- Tịch của công-ty cho biết ông Nelson được chỉ-định sang làm Tổng Quản-Lý của khách-sạn The Grand, một khách-sạn mới xây xong, trên đường H và đướng 10, gần Phố Tầu, khá gần White House.

Ông Nelson cho biết ông đã xin Bộ Chỉ Huy của công-ty trên Chicago cho thuyên chuyển cùng với ông những người sau đây: bà Leila, Thư ký riêng của ông, ông Controller Perez,

Marketing Director Rick Machusi và Đức, Giám Đốc Kế-
Toán. Được Tổng Quản Lý "lôi" mình theo, Đức cho đó là một
điều vui lớn...

***

Grand Hotel nằm tại góc đường H và 10 của Thủ-Đô
Hoa-Thịnh-Đốn, cách Khu Phố Tầu (China Town) hai ngã tư.
Grand Hotel có 800 phòng, kém Regency 100 phòng nhưng
vừa xây xong, kiến trúc tân kỳ hơn nên sẽ là một hòn ngọc của
Thủ Đô. Chỉ nguyên Nhà Hàng xây bên hồ nước với những
con cá Koi mua từ Nhật bơi lội tung tăng trong nước cũng đủ
làm cho khách sạn thêm phần nên thơ.

Accounting Opening Grand Hotel group: Juan, David, Karen, Erika, Michelle, Đức & Julio.

Khi khai trương khách sạn Arlington, Đức làm trong ban
Housekeeping nên phải làm việc nặng nhọc, vất vả như khiêng
đồ đạc, giường, sofa, tủ, bàn ghế lên từng lầu, kê vào từng
phòng. Ngoài ra, còn phải khênh đồ tiếp- liệu như xà-bông,

thuốc gội đầu, khăn tắm, khăn mặt, khăn trải giường và trăm thứ lỉnh kỉnh khác, vào kho. Lúc ấy, Đức là nhân viên hạng bét nên lĩnh lương giờ, cũng như nhân viên các ban khác như Bảo-Trì, Tiếp Tân, Nhà Hàng... cho đến khi lên chức Quản-Lý mới được lãnh lương năm, có lúc làm chết luôn, có lúc rảnh ngồi chơi...vẫn được trả lương.Nói như thế chứ ít khi chủ trả tiền cho mình ngồi chơi lắm.

Bây giờ, khai-trương The Grand Hotel với trách-nhiệm của Giám-Đốc Kế-Toán, Đức không phải khiêng đồ đạc, tiếp liệu nữa nhưng phải lo những chuyện khác: tuyển chuyên viên kế-toán, mua máy tính, điện-toán, hệ- thống vi-tính cho Front Dest, Nhà Hàng. Ông Controller thì bận soạn thảo budget, phân-tích thị-trường, thiết- lập kế-hoạch ... với ông Tổng Quản Lý và Giám-Đốc Tiếp Thị nên Đức phải lo mọi chuyện cho Phòng Kế- Toán.

Ông Tổng Quản Lý và nhóm Quản-Lý có 2 tháng làm việc 24/24 để khai-trương khách-sạn cho đúng ngày giờ đã quảng-cáo trên báo chí, truyền thanh và truyền hình của Thủ-Đô. Rồi ngày trọng-đại cũng đã đến. Quan khách được mời đến dự tiệc khánh-thành khách-sạn gồm tất cả những giới chức cao cấp trong chính-phủ, các Tòa Đại Sứ, Quốc Hội. Vì lý do an-ninh, Tổng Thống không chính thức đến dự tiệc, chỉ ghé vào thăm ông Tổng Quản Lý bằng lối sau. Đoàn xe của Tổng Thống chạy vào garage, theo thang máy của parking lot lên Ballroom. Lộ trình ấy chỉ được báo cho ông Tổng Quản Lý và nhân-viên An-Ninh của khách sạn vào giờ chót.

Tổng Thống vào Ballroom, tươi cười bắt tay mọi người. Đức thấy thật cảm-động khi được gặp, được bắt tay Tổng Thống một đại cường quốc trên thế giới trong một tư thế rất cởi mở, thân thiện. Tùy viên của Tổng Thống cho biết: trong tương lai White House sẽ có những buổi họp ở The Grand Hotel vì White House gần với The Grand hơn là Regency Washington.

Nhưng những buổi họp, những đại-hội với dạ tiệc, những buổi nhạc thính phòng được tổ-chức tại đây đầu tiên lại là những Tiệc Cưới Việt Nam, những buổi Đại-Hội của các trường Chu Văn An, Gia Long, Trưng Vương, Đại-Học Đà-Lạt, Không Quân, Hải Quân, Giới Thiệu Sách và Nhạc " Đêm Hoa Đăng và Mưa Trên Thung Lũng Hồng" của hai anh em Nguyễn Đức An và Đức Nam. Dĩ nhiên là các khoản tiền chi cho khách sạn đều được giá đặc biệt do sự yêu cầu của Đức. Có người hỏi Đức là sau vụ ông Nguyễn Văn Thiệu làm bể ống nước trong parking, Đức chưa tởn sao mà vẫn giúp người Việt Nam, Đức trả lời:

- Đó chỉ là tai nạn nghề nghiệp! Ông Thiệu không cố ý làm thế.Vả lại, tôi tin ở số, nếu số xui thì ông Thiệu không làm bể ống nước, cũng sẽ có ông Thiệu làm bể…

Phần thưởng tinh-thần cho Đức là sự vui mừng, hân hoan của những đám cưới, thành công của những buổi đại- hội văn nghệ, tưng bừng của những đêm hội ngộ, những nhộn nhịp của buổi ra mắt sách. Nhưng đặc biệt hơn hết là những dạ tiệc trong khách sạn được nấu bằng món ăn Việt Nam một nhóm đầu bếp Việt phụ trách. Đây là một sự kiện, một chuyện lạ chưa bao giờ xẩy ra trong lịch sử khách sạn, đã làm cho The Grand nổi tiếng khắp miền Đông Hoa-Kỳ.

Tuy nhiên,trong những lần đại-hội, văn-nghệ, dạ vũ ấy, nhất là lần tổ chức cho Khánh Ly hát, có một vài vấn-đề : các khán-thính-giả mải mê nghe hát, không muốn vứt đầu thuốc lá vào gạt tàn thuốc, cứ vứt bừa xuống thảm, thứ thảm đẹp mua từ bên Anh, cả trăm ngàn đồng cho một ballroom; Khách sạn bán rượu và nước giải khát để kiếm lời, nhưng chẳng bán được bao nhiêu vì khán-thính-giả chơi kiểu kiệm ước thời Tổng Ngọc, mang rượu, mang bia vào ballroom, uống thoải mái. Khi chương-trình ca nhạc

Director Accounting thảo luận với Banquet Manager về sắp đặt, trang trí cho các đám cưới và đại-hội.

tàn, dạ vũ tan, nhân viên của khách sạn quét dọn ballroom, thấy chai lọ la liệt, ngổn ngang dưới gầm bàn, dưới ghế, những chai lọ khác với những thứ của khách sạn. May cho Đức là Banquet Manager tội nghiệp Đức nên không báo cáo lên cấp trên...

Có người bạn hỏi Đức: khi khách dụi tàn thuốc lá xuống thảm hoặc mang rượu, bia vào khách sạn, sao Đức không báo cho Ban Tổ Chức của những buổi đại-hội, ca nhạc, khiêu vũ ấy. Đức chỉ cười...buồn:

- Những vị trong Ban Tổ Chức đều là những người có tăm tiếng, chính bạn của các vị ấy, các nhạc công là những người mang rượu, bia vào khách-sạn, chai lọn, lon bia vứt đầy gầm sân khấu.

Cô Banquet Manager là người Nhật, mới từ Hawaii thuyên chuyển vào Thủ Đô, nhưng có lẽ đã biết rõ những đặc tính "dễ thương lạ lùng" của người Á châu nên chỉ nhìn Đức, lắc đầu... Dù sao thì khách-sạn cũng không có lời vì Đức đã tính tiền thuê ballroom có 250 đô một đêm thay vì phải trả 2,000 đô nhưng không lỗ nặng như trường hợp bể ống nước trong parking của Regency Washington...

Chương 19

Hotel For Sale

Chuyện mua bán khách-sạn không xẩy ra thường xuyên như chuyện mua bán nhà cửa nhưng vẫn xẩy ra trong hệ-thống khách-sạn trên thế giới. Công-Ty Khách Sạn Thế Giới Mới, đại bản doanh đặt tại Hồng Kông là chủ của hầu hết khách sạn tại Hồng Kông, Macao, Thượng Hải, Hàng Châu, Bắc Kinh,Bangkok, Saigon, dự trù sẽ mua một số khách-sạn ở Hawaii, Los Angeles, New York, Âu Châu và Washington, D.C.

Andrew Wang, con của Đại-Tỷ-Phú Jack Wang, Chủ Nhân và Sáng Lập Viên của công-ty Thế-Giới-Mới, được trao trách nhiệm quan-trọng ấy.

Andrew Wang, mới 38 tuổi, đẹp trai, chịu chơi, là một tay đua xe có hạng, thường sang Monaco đua xe. Andrew còn là một phi-công, thường lái máy bay riêng đi đây đó, ít khi dùng máy bay thương mại. Nói một cách khác, Andrew là một "hoàng tử chịu chơi" nhưng Andrew cũng là một nhà kinh-doanh khôn khéo.

Sau khi nhận được lệnh của "vua khách-sạn" Jack Wang, Andrew nghĩ ngay đến Giám-Đốc Tiếp-Thị Quỳnh Trân của Hyatt Regency Hong Kong, một khách sạn của gia-đình họ Wang, mà Andrew đã gặp trong Tiệc Mừng Năm Mới. Andrew nhớ là Quỳnh Trân khoảng trên dưới ba mươi, tuổi đẹp chín mùi của một phụ-nữ. Nàng còn có học, đã từng du học ở Mỹ, có bằng MA về Business và Finance. Ngoài ra, trong khi đi học lấy bằng Master, Quỳnh Trân còn làm Manager cho công-ty Hyatt Arlington, như trong resumé có ghi.

Trong dạ tiệc Cung Chúc Tân Xuân ấy, khi khiêu vũ, Quỳnh Trân cho Andrew biết là nàng đính hôn với một người Việt Nam làm cho khách sạn của công ty Hyatt tại Washington, D.C. Quỳnh Trân phải nói với Andrew Wang như thế để chặn ngay "đường tiến quân" của Ông-Chủ-Tay-Chơi khét tiếng của xứ Hướng-Kỏng.

Andrew bảo cô Thư Ký Percy Lo, gọi điện-thoại cho Quỳnh Trân, để Andrew nói chuyện:

- Hello, Quỳnh Trân, nị hảo má?

- Hảo, xia xịa nị. Ông Chủ khỏe chứ? Ông Chủ gọi tôi có chuyện gì ạ?

Andrew cười to:

- Tôi đã dặn đừng gọi tôi là Ông Chủ mà, gọi là anh đi cho nó bớt khách sáo.

- Dạ, xin gọi bằng ông cho nó lịch sự. Được chứ?

- Được, công-ty muốn trao cho Quỳnh Trân việc nghiên cứu thị-trường để mua một số khách sạn bên Mỹ, nhất là vùng Washington, D.C., Quỳnh Trân nghĩ sao?

- Oh my God, I love to...

- Tốt, Quỳnh Trân có kẹt gì tối nay không? Tôi mời Trân đi ăn ở Nhà Hàng Nổi Thiên Thai ở vịnh Hồng Kông rồi mình nói chuyện thêm?

Dĩ nhiên là Quỳnh Trân nhận lời vì rất khó từ chối lời mời của một "Ông Vua Con", một Ông Chủ uy quyền nhất Hồng Kông...

Ngày hôm sau, công-ty Khách Sạn Thế-Giới-Mới ra một điện-thư, luân lưu trên hơn 100 khách-sạn của hãng, thông báo sự thăng chức của Diệp Quỳnh-Trân từ Giám Đốc Tiếp-Thị của Hyatt Regency Hong Kong lên Phó Chủ Tịch Thương-Mại và Tiếp-Thị của công-ty, đặc trách Bắc Mỹ Châu. Phó Chủ Tịch Quỳnh Trân sẽ lên đường sang Mỹ nay mai và văn phòng của Bà sẽ được đặt tại số 1606 đường Pennsylvania Ave NW, Washington, D.C. 20500 cách White House hai con đường rất ngắn.

Hotel Hong Kong.

Nhiệm vụ của Quỳnh Trân là đặt văn phòng Marketing ở Thủ-Đô Washington, liên lạc với các công-ty khách sạn lớn của Mỹ như Ramada, Stouffer, Holiday Inn, Hyatt, Hilton, Sheraton, Marriott...và xem công-ty nào đang đà xuống dốc, muốn bán khách-sạn là chộp ngay với giá rẻ. Công ty Thế-Giới-Mới muốn mua khách-sạn, trung- tâm thương-mại trên đất Mỹ càng sớm càng tốt để "rửa tiền" một cách hợp pháp, trước khi chính-phủ Anh trao trả chủ quyền của Hồng Kông cho Trung Quốc. Họ đã mua cả một khu thương mại ở Vancouver, Toronto. Họ đã thiết lập Hong Kong Mall ở Houston, Chicago và còn nhiều nữa trong tương-lai...

Chương 20

Sự Hình Thành Và Phát Triển Của Công Ty Regency-California

Từ Do Thái, Jay Fritzer tới Mỹ vào khoảng vào khoảng 1950, trong túi chỉ có vài trăm dollars. Đến tháng 9 năm 1957, Jay mua khách-sạn đầu tiên tại Los Angeles Airport, và thành lập công ty khách-sạn Regency năm 1979, cho đến nay đã sở hữu và điều hành 210 khách-sạn sang trọng trên khắp thế-giới.

Jay có một người em trai là Rob, với gia đình, đã phát triển công-ty quản trị khách-sạn trên toàn thế giới, quản- trị hãng máy bay Amex-Air, một số bệnh viện trên toàn quốc và cả ngàn công-ty khác, hoạt động trong rất nhiều dịch vụ khác nhau.

Hotel Regency California

Công-Ty Regency đang đà phát-triển mạnh mẽ và là công-ty lớn nhất thế-giới thì bất thình lình Chủ-Tịch kiêm Sáng Lập Viên Jay Fritzer qua đời vì một cơn đau tim, thọ 76 tuổi. Christine, con gái của ông Jay, lên thay ông điều-hành công-ty, đã phát giác ra nhiều vụ làm ăn mờ ám, sổ sách kế-toán không rõ ràng của người chú ruột và các con của chú. Christine nghĩ rằng có lẽ quá tin em hay vì đau yếu luôn không còn minh mẫn để điều-hành một công-ty quá lớn nên thân-phụ của Christine đã để em mình qua mặt....

Không thể hòa-giải trong phạm vi gia-đình, Christine đã phải thưa chú và gia-đình chú ra tòa để đòi bồi thường những tổn thất. Theo phán quyết của Tòa, Rob Fritzer phải bồi thường Christine khoảng 400 triệu Mỹ kim trong vòng 3 tháng.

Có hai công-ty khách-sạn thấy The Grand quá đông khách và thu được nhiều tiền nhất trong các khách-sạn của Thủ-Đô nên đã hỏi mua từ mấy tháng nay. Công-Ty Rồng Vàng của một ông Tầu Đài Loan chịu trả 400 triệu dollars, đã đóng tiền cọc 15 triệu nhưng không hiểu sao lại rút lui, mất toi 15 triệu đô!

Rob Fritzer không còn cách nào hơn là khất lần với Christine.

Ông Tổng Nelson, Giám-Đốc Tiếp Thị Rich Machusi, Đức và cả Executives đều biết chuyện gia-đình Fritzer lủng củng, biết nhiều công-ty dòm ngó miếng mồi thơm ngon The Grand nhưng không ai nghĩ là Rob Fritzer sẽ bán The Grand. Thực sự thì Rob cũng đã bí rồi : những khách-sạn khác quá nhỏ, quá cũ, chẳng ma nào chịu mua, chỉ có The Grand mới có thể hốt cho Rob 400 triệu ngon lành và hy vọng Rob có thể thanh toán nợ nần với Christine để tránh bị tịch biên tài sản bởi án lệnh của Tòa.

✳✳✳

Theo tin của *The Wall Street Journal, Hotel News và The Post* thì Hotel The Grand đã bán với giá 400 triệu dollars, một giá bán cao nhất trong lịch sử khách sạn của Thủ-Đô và của nước Mỹ. Thường thường, khi một công-ty mua khách-sạn, công-ty này sẽ mang một nhóm chuyên-viên, Quản-Lý, giống như một "opening team" đến khách-sạn mới để điều-hành. Hầu hết Quản Lý cũ sẽ bị giải nhiệm. Ông Tổng Quản Lý Nelson, các Giám Đốc, Controller, các Executives đều rời khách-sạn sau ngày ký khế ước bán khách sạn. Công-ty Thế-Giới-Mới chỉ giữ một mình Đức ở lại làm việc với họ.

Sáng nay, ngồi một mình trong văn phòng rộng lớn, vắng bóng ông Perez, người Controller khả kính đã tận tụy hướng dẫn, nâng đỡ Đức rất nhiều trong trường đời, trong lãnh-vực kế-toán, Đức muốn khóc. Văn phòng ông Tổng Quản Lý và văn-phòng của các Giam-Đốc Điều-Hành đều vắng tanh, Đức không còn nghe thấy tiếng cười ròn rã của bà Leila, thư ký riêng của ông Tổng nữa.

Đức nhớ cả khuôn mặt hiền hậu của ông Tổng Quản Lý và nụ cười dễ dãi của ông những khi Đức yêu cầu ông ký tên cùng với Đức trên những ngân phiếu cả triệu đồng mà ông không thắc mắc, hạch hỏi. Có lần, khách sạn cần phá một nửa lầu 2 để xây hồ bơi và phòng tập thể dục, Đức đã phải ký một tấm ngân phiếu gần 2 triệu đồng nhưng ông Tổng không có mặt, Đức phải nói với Leila, mượn con dấu có chữ ký của ông Tổng để đóng dấu lên tấm ngân phiếu. Khi ông Tổng về, Đức trình bầy với ông việc đó, ông cũng không hỏi han gì thêm. Đức biết mình chỉ là một tên tị-nạn nghèo mà được ông Tổng, ông Controller tin tưởng như vậy là một điều vinh-dự vô cùng. Đó cũng là lý do Đức làm việc không biết mệt, không bao giờ lấy ngày nghỉ vì đau ốm và cũng quên luôn rất nhiều tuần phép tăng trưởng cùng thâm niên....

Theo chương-trình bàn giao khách-sạn thì Tổng Quản Lý và Ban Điều-Hành mới sẽ đến khách-sạn The Grand vào trưa nay. Đức sẽ là người đại-diện cho công-ty Regency của Rob và Christine Fritzer ký hợp-đồng và hồ-sơ bàn giao tài-sản cho công-ty mới. Đức lên lobby, ra cửa chính của khách-sạn đứng đợi. Khoảng 12:15 pm, một đoàn xe Limousines ngừng trước khách-sạn. Nhân-viên của khách sạn ùa ra mở cửa Limousine và mang hành lý vào bên trong, nhanh như chớp.

Một người đàn ông và một người phụ-nữ Á đông vừa bước ra khỏi ghế sau của chiếc Limousine thứ nhất. Người đàn bà còn rất trẻ và đẹp bước đến gần Đức, bắt tay Đức, tươi cười:

- Ô anh Đức ! Anh làm ở đây? Nhận ra em không?

Dĩ nhiên là Đức nhận ra Nàng, người mà Đức nhớ thương và muốn gặp bấy lâu nay. Đức nắm chặt tay Nàng, giọng nói thật xúc động:

- Quỳnh Trân ạ, anh rất mừng được gặp lại em. Sau khi em đi, không để lại cho anh địa-chỉ, anh không biết tìm em nơi đâu! Không ngờ em lại về lại Hyatt Hồng Kong và bây giờ làm cho New World.

Quỳnh Trân bùi ngùi:

- Lúc Mẹ em đau nặng, em bối rối quá, không biết anh ở đâu mà em phải về Hồng Kong gấp. Sau khi Mẹ em lành bệnh, em trở về Hyatt cũ và em may mắn được nhận ngay làm Housekeeping Manager. Sau đó em đổi sang làm Marketing và bây giờ phụ-trách Thương-Mại và Tiếp-Thị cho vùng Bắc Mỹ.

Quay sang người đàn ông Á đông đi bên cạnh, Quỳnh Trân nói:

- Đây là ông Ralph Masuda, boss cũ của em. Ông là Phó Chủ-Tịch của công-ty đặc trách Kế-Hoạch và Ngân Sách, có nhiệm vụ tiếp nhận khách sạn mới, tuyển nhân viên và điều hành khách sạn cho đến khi khách sạn hoạt động điều hòa.

Quay sang Đức, Quỳnh Trân giới-thiệu:

- Đây là ông Đức, trước là Giám-Đốc Housekeeping khi tôi là Học Viên, bây giờ ông làm cho The Grand...

Biết là Quỳnh Trân không rõ chức vụ của mình, Đức đỡ lời:

- Hân hạnh được biết ông. Tôi là Giam-Đốc Kế-Toán, hiện tại tôi là Tổng Quản Lý tạm thời của The Grand, đại diện công-ty Regency để chuyển nhượng chủ quyền của The Grand đến quý ông.

Ralph Masuda bắt tay Đức vồn vã:

- Ồ như vậy thì công việc của tôi sẽ dễ dàng nhiều, tôi không còn phải lo về vấn-đề kiểm kê tài-sản, lập bản báo cáo tài-chính, tiền mặt, tín-dụng...Như vậy, kể như ông làm cho hai công-ty, cho người mua và người bán cùng một lúc đấy, cũng hay!

Phái đoàn New World theo Đức xuống văn-phòng Kế-Toán ở lầu B1. Tại đây, Đức thuyết trình về bảng Thu và Chi của The Grand trong tháng qua và trong năm qua. Vì là người soạn thảo báo cáo Profit & Lost nên Đức giải đáp thắc mắc của mọi người một cách thoải mái.

Sau phần thuyết trình, Đức hướng dẫn phái đoàn đi thăm khách sạn, lên Front Desk, lấy chìa khóa phòng cho mọi người, về phòng nghỉ ngơi rồi hẹn nhau đi ăn tối ở Georgetown. Quỳnh Trân xin cáo lỗi không đi ăn tối với phái đoàn vì không được khỏe. Đức cũng xin kiếu vì còn phải làm bản kiểm kê tài-sản, đếm tiền mặt của hơn 30 cashiers và tiền trong quỹ của Giám -Thị Thâu Ngân Viên gần US$ 100,000.

Ngay khi phái-đoàn New World rời khách sạn, Đức đưa Quỳnh Trân về thị xã Chantilly, nơi có ngôi nhà xinh và dàn hoa Tím nên thơ của nàng.Ngôi nhà này Quỳnh Trân đã nhờ Đức bán dùm khi nàng về Hồng Kông thăm Mẹ nhưng Đức đã không bán vì Đức biết giá nhà cửa sẽ tăng gấp đôi, gấp ba…

Controllers: Ralph, Đức, Lary trước Grand Hotel

Chương 21

Buổi Sáng Trong Thành Phố

Ralph Masuda, Vice President của công-ty New World, đặc-trách Kế- Hoạch và Ngân Sách, là nguời Mỹ, gốc Nhật, sinh tại Hawaii và tốt nghiệp Đại Học Honululu, làm cho công ty từ đó. Mỗi buổi sáng, sau khi ăn điểm tâm tại Nhà Hàng bên hồ cá vàng, Đức và Ralph đi kiểm-soát một vòng khách sạn, từ lầu 11 xuống tận Parking P1, P2 và P3.

Ralph luôn luôn có một bàn chải đánh răng và một khăn tay trong túi áo. Khi bước vào thang máy, nếu thấy rãnh thang máy có bụi hay rác, Ralph rút bàn chải ra cọ thang máy và lấy khăn lau sàn thang máy sạch như crystal.

Sau khi đi bộ gần 2 tiếng đồng hồ, như một hình thức tập thể dục, Ralph về văn-phòng đọc hơn một trăm emails của Corporate, của các công ty bạn, của các hãng supply, của những người xin việc làm, của những người quen và những người không quen.

Ralph thường bảo Đức: "thế giới biến chuyển không ngừng, có rất nhiều điều mình phải học nếu không,sẽ bị đào thải, bị bỏ rơi đằng sau. Tôi đọc tất cả emails vì mỗi email đều có cái hay mà mình có thể học hỏi. Dĩ nhiên là có những emails mình không thích, chỉ việc xóa đi, mất chừng 1 giây là cùng".

Đó là suy nghĩ của một người Nhật, đã đưa đến sự thành-công của một người chưa đầy 40 tuổi đã là một Phó Chủ Tịch của một công-ty có hơn 100 khách-sạn trên thế-giới.

Ralph làm việc từ 7 giờ sáng cho đến 8,9 giờ tối, nhiều khi ăn trong phòng làm việc, suốt mấy tháng trời. Ralph đã phỏng vấn cả trăm người cho các chức vụ Tổng Quản-Lý, Giám-Đốc Thương-Mại, Bảo-Trì, Thực-Phẩm, An-Ninh, Nhân-Viên...

Đức cũng phụ với Ralph một phần lớn trong việc tìm người. Trong những đơn xin việc và résume', Đức tìm thấy đơn xin việc của Helene, cô Học Viên Kế-Toán của mình tại Regency on Capitol Hill.

Đức gọi nàng ngay:

- "Allo, bonjour Helene. Comment allez-vous?"

- "Allo, oh très bien, merci."

- Anh có đơn xin việc của Helene đây. Tại sao em lại muốn xin việc làm bên Hotel này?

- Ô anh Đức! Em phải xin nghỉ ở Regency vì chịu mụ Charlotte không nổi!

 Đức ngạc nhiên:

- Sao vậy? Bộ mụ ấy hành hạ Helene lắm à? Sao không mách ông Giám-Đốc Kế-Toán?

Đức nghe thấy tiếng thở dài:

- Thằng cha Giám-Đốc mới "gà chết" này, sợ mụ Charlotte lắm!

- Thế mụ Charlotte làm gì Helene?

- Em đang tập sự làm Payroll với mụ ấy. Mỗi sáng, khi em đến, mụ ấy ôm em rồi hôn lên môi em!

Đức sững sờ:

- Cái gì? Mụ ấy hôn lên môi em? Trời đất! Helene giải-thích:

- Mụ ấy là loại "Lesbian", anh không biết à?

Đức thật sự không biết và cũng không ngờ. Thảo nào mụ bị chồng bỏ! Đức nói nhanh:

- Nếu vậy thì em phải nghỉ ngay.Ngày mai, gọi phone cho mụ ấy, nói là em có hẹn với Bác Sĩ, sang đây, anh giới-thiệu em với ông Phó Chủ-Tịch Ralph Masuda. Anh đang cần một Payroll Manager...

***

Mỗi buổi sáng Đức đều ghé qua nhà Quỳnh Trân để đưa Nàng đến văn phòng Thương-Mại và Tiếp-Thị của công-ty Thế-Giới-Mới trong cao ốc số 1606 Pennylvania, cách White House hai quãng đường ngắn. Trong những buổi sáng mùa Xuân rực rỡ với rừng hoa Đào bao trùm Thủ-Đô, bên cạnh người yêu, Đức nghĩ rằng mình là người hạnh-phúc nhất đời. Hạnh-phúc qua mau, mới đó mà đã hơn ba tháng. Có đôi lúc Đức muốn ngỏ ý cầu hôn với Quỳnh Trân và nếu nàng chấp thuận thì hai người có thể dọn về cùng một nhà, hoặc nhà của Quỳnh Trân hoặc nhà của Đức nhưng có lẽ dọn về nhà Đức ở Alexandria thì hai người đi làm gần hơn.. Lý do Đức chưa dám cầu hôn vì Quỳnh Trân là một người Trung Hoa rất tin vào tướng số, tử vi. Nàng luôn luôn nói với Đức là nàng tuổi Dần, cao số, phải lấy chồng trễ, nếu lấy chồng sớm, sẽ có số "sát chồng".

Sáng hôm nay, khi đến đón Quỳnh Trân, Đức thấy khuôn mặt nàng vương nét buồn. Đức chưa kịp hỏi thì Quỳnh Trân đã nói ngay:

- Ông Andrew Wang gọi em về Hồng Kông gấp. Vì công-ty đã mua The Grand Hotel và ông Masuda cũng đã tuyển đầy đủ người để điều hành khách sạn, Andrew tính gửi em sang Hawaii với ông Masuda để mua mấy khách sạn Renaissance ở Maui và Kawai.

Đức cảm thấy cả bầu trời Xuân hồng tối sầm lại như sắp sửa có giông bão…

Đức cố gắng che dấu nỗi buồn, lái xe đưa Quỳnh Trân vào thành phố. Từ Virginia, Đức lái xe theo George Washington Parkway, chạy dọc theo bờ sông Potomac. Hai bên sông hoa Daffodil vàng và Tulip muôn mầu đã nở rộ, xen lẫn với mầu hồng nhạt của hoa Đào tạo cho nơi đây một vẻ đẹp huy hoàng.

Từ GW Parkway, Đức vòng xe lên cầu Memorial, vào Thủ-Đô. Hoa-Thịnh-Đốn vào buổi sáng đầy sức sống: Xe bus, taxi, metro, xe hơi đủ loại, đủ kiểu... nối đua nhau chạy qua, chạy lại, không một con đường nào còn vắng.. Người đi bộ đi tới đi lui, băng qua đường như trẻ em chơi trò "rồng rắn lên mây, có cây lúc lắc". Đèn xanh, đèn đỏ, đèn vàng tắt, mở liên hồi. Đây là đường Constitution chạy từ phía Trung Tâm Nghệ-Thuật Kennedy đến Tòa Nhà Lập Pháp. Đây là con đường lịch-sử, con đường của những cuộc diễn-hành vĩ-đại của lễ hội Hoa Anh Đào, lễ tưởng niệm cựu Chiến Binh, lễ Độc Lập và đặc biệt nhất là con đường của các Tân Tổng Thống đi bộ từ Quốc Hội đến White House trong sự chào mừng hân hoan của hàng trăm ngàn dân chúng đứng đầy hai bên đường.

Dọc theo đường Constitution, là những Viện Bảo Tàng, những công sở kiến trúc theo lối kiến trúc La Mã đồ sộ và uy nghi. Trong nắng Xuân, những dinh thự, những cột đèn, những cổ thụ, những hè đường của Thủ Đô có một vẻ đẹp hoang đường, theo ý nghĩ của Đức. Đúng thế, với Đức, tất cả chỉ là huyền-thoại: từ chuyện đi lính, đi du học, đi làm, gặp Kyong Sook, gặp Quỳnh Trân, gặp Helene Beauford... dường như không có thật, không hiện-hữu. Những chuyện ấy mơ hồ quá, như xẩy ra trong những giấc mơ hay từ kiếp trước. Đức không thể tưởng tượng được mình đang sống, làm việc, rong chơi, hòa nhập, lẫn lộn với người và cảnh vật của một Thủ Đô mà hàng năm nhiều triệu người đến thăm và hàng triệu người ao ước được đến thăm vào những lễ hội tưng bừng.

Sở dĩ Đức chợt thấy buổi sáng trong thành-phố hôm nay rất đáng yêu, rất quý giá, rất đáng nhớ vì có Quỳnh Trân ngồi bên cạnh, cùng chia sẻ sự quan-sát và những nhận-xét về nét đẹp của Thủ-Đô trong một sáng sớm mùa Xuân mà có lẽ đây là những giây phút hiếm có cuối cùng của một cuộc tình. Có lẽ người ta chợt thấy sự quý giá của một cái gì thân thương sắp mất?...

Cộng đồng Việt Nam trong diễn hành mừng Lễ Độc Lập.

Constitution Ave trong ngày Lễ Tấn Phong Tân Tổng Thống.

Từ The Grand Hotel ra phi-trường Reagan National mất chừng 20 phút lái xe. Quỳnh Trân có thể dùng Limousine của khách-sạn nhưng Đức muốn đưa nàng đi vì đôi khi máy bay đến trễ, Đức có thể ngồi đợi với nàng cho nàng đỡ buồn. Trong thâm tâm, Đức chỉ mong máy bay sẽ đến trễ hoặc chuyến bay bị hủy bỏ. Quỳnh Trân về Hồng Kông lần này rồi sang Hawaii, Đức biết là còn lâu lắm hai người mới gặp lại nhau. Tuy nhiên, lần này, Đức còn biết Quỳnh Trân đi đâu, ở đâu để liên lạc, không như lần trước, nàng về Hồng Kông, không một lời tạm biệt!

Nhưng rồi máy bay của Korean Airline đến đúng giờ. Đức đưa Quỳnh Trân đến tận gate và đợi bóng nàng đã khuất trong con đường vào máy bay mới lững thững bước ra khỏi phi-trường. Đứng trên sân thượng của The Grand Hotel, Đức có thể nhìn thấy những máy bay cất cánh từ phi-trường Reagan. Khi một phi-cơ bay qua The Grand, nghiêng cánh về phía Tây, Đức đoán là máy bay ấy của Korean Airline, có Quỳnh Trân trong đó, Đức giơ cao tay vẫy. Cũng như lần xa nhau trước, Đức đã lậy Trời để được gặp lại nàng. Lần này Đức cũng lậy Trời nhưng không biết Trời có cho Đức được gặp lại nàng như lời nguyện cầu hay chăng?...

Đêm hôm ấy, Đức ngồi trong văn-phòng vắng lặng, làm bài thơ "Tiễn Em Ra Phi-Trường":

Em về nhẹ bước sương khuya,
Hồn anh vương vấn cơn mê rã rời.
Trăng nghiêng nghiêng bóng hiên ngoài,
Hồn thanh xuân khóc một thời ái-ân
***

Em về hoa rụng đầy sân,
Phòng loan hoang phế, gối chăn lặng buồn.
Từ nay ngày tháng hư không,
Từ đây cổ-tích bàng hoàng môi cay.
***

Em về chốn cũ xa xôi,
Rưng rưng mắt lệ, anh ngồi làm thơ...

Chương 22

Good Bye Washington, D.C.

Sau khi Quỳnh Trân về Hồng Kông, khách sạn quá bận rộn : nào là show nhạc của Frank Sinatra Jr., đại hội Hoa Đào, diễn-hành mừng hoa Đào nở với Hoa Hậu Hoa Anh Đào Mỹ và Nhật. Hơn một triệu du khách đã tràn ngập Thủ-Đô.Tất cả khách-sạn trong Thủ-Đô không còn một phòng trống. Ngoài ra, còn phái-đoàn các Quốc Vương Ả Rập chiếm cứ nguyên hai tầng lầu 10 và 11 của The Grand. Trước khi các Quốc Vương đến, họ gửi một đoàn tùy viên sang trước cả tháng, xé hết giấy hoa dán trên tường, lột hết thảm trải trong phòng, gỡ xuống tất cả màn cửa, rèm che và thay thế bằng những thứ hoàn toàn mới, theo ý của các Quốc Vương. Dĩ nhiên là phí tổn mấy trăm ngàn đô-la họ phải chịu nhưng với những mỏ dầu bơm hoài không cạn, mấy trăm ngàn dollars thì thấm thía gì; Họ chỉ cần tăng vài xu một gallon dầu là xong ngay.

Vì quá bận rộn, Đức không còn thời giờ để cảm thấy buồn, thấy nhớ. Nhưng tuần này, khách sạn tương-đối vắng, Đức thấy nhớ Quỳnh Trân vô cùng. Thấy Đức buồn, Ralph có vẻ tội nghiệp. Trong một buổi sáng ngồi ăn điểm tâm trong employee cafeteria, Ralph hỏi Đức:

- Có khi nào anh nghĩ đến việc thuyên chuyển sang Hawaii làm việc với Quỳnh Trân và tôi không?

- Câu hỏi ấy làm Đức bối rối vì thực sự chưa bao giờ Đức có ý nghĩ rời bỏ Thủ-Đô. Hơn nữa, Đức mới làm cho The Grand hơn một năm, làm cho công-ty New World được mấy tháng. Ngoài ra, Đức mới tuyển dụng Helene từ Regency sang làm Payroll cho The Grand và Helene đang rất cần sự hướng dẫn của Đức.

Helene hiện như con nai vàng ngơ ngác, chưa đủ kinh-nghiệm để đối chọi với những "con gấu" dữ, như tên Mỹ- Xì Ricardo chẳng hạn. Ricardo làm waiter ở Restaurant, người Mỹ gốc Salvador, rất léng phéng, thuộc loại "chơi rồi chạy" (hit & run). Một hôm, Helene nhận được thư của Bộ Xã-Hội, yêu cầu trừ 200 dollars mỗi tuần từ lương của Ricardo và gửi cho một người đàn bà tên là Rosa vì lý do "child support". Khi nhận paycheck, Ricardo nhào vào phòng Helene chửi bới om sòm, với những câu văng tục thật thô bỉ. Helene chỉ biết khóc.

Đức phải gọi nhân-viên An-Ninh của khách-sạn tống cổ Ricardo ra khỏi văn-phòng Kế-Toán và làm biên-bản đề nghị cho Ricardo nghỉ việc. Còn rất nhiều việc liên quan đến lương, thuế, ngày phép, quyền lợi, 401K, ngày khai bệnh, bảo-hiểm...mà một Payroll Manager phải lo và Đức biết Helene chưa đủ kinh-nghiệm như Charlotte ở Regency Washington đã làm trên 10 năm trong nghề. Đức không muốn để Helene ở đây một mình giữa bầy thú dữ, Đức không muốn mang tiếng "đem con bỏ chợ"...

Đức xin Ralph vài ngày để suy nghĩ và sẽ trả lời Ralph trước khi Ralph về Hawaii mua Renaissance Maui và Hyatt Kawai.

****

Hôm nay, Đức nhận được thư nhà gửi từ Saigon qua địa chỉ của gia-đình Quỳnh Trân bên Hồng Kông và Quỳnh Trân đã gửi cấp-tốc thư ấy cho Đức. Đó là thư của bà chị dâu của Đức cho hay chị đã chạy cho anh của Đức mất mấy cây vàng, anh đã được thả nhưng anh tổ-chức vượt biên, lại bị bắt ở Rạch Giá. Ba của Đức thì nhờ mấy quần Jeans, radio, thuốc lá... Đức gửi về qua đường Hồng Kông, đem đi bán, cũng sống tạm qua ngày. Cầm lá thư của chị dâu và tấm bưu thiếp của Quỳnh Trân trong tay, Đức ngồi chết lặng.

Saigon New World Hotel.

Sau một lúc suy nghĩ, Đức bước sang phòng Ralph, Phó Chủ-Tịch công-ty New World đặc-trách Phát-Triển và Kế-Hoạch, có nhiệm vụ mua và điều-hành các khách-sạn mới. Ralph hỏi ngay:

- Quyết định đi Hawaii chứ? Anh thích chơi Golf thì sang Hawaii là nhất vì Hawaii có cả trăm sân Golf, khí hậu tốt, có thể chơi suốt năm, không như ở vùng Thủ-Đô lạnh giá này!

Đức lắc đầu:

- Rất tiếc tôi không đi Hawaii được. Tôi muốn về Saigon vì cần săn sóc cha già và người anh đang bị tù.

Ralph là một con người điềm-tĩnh những cũng phải kêu lên:

- Đức, anh điên hả? Bên ấy không an-ninh cho anh đâu! Anh có nhớ là mấy tháng trước đây, một ông Giám- Đốc người Việt của hãng Dupont bị xô từ lầu 2 xuống đường, chết ngay lập tức không ? Ngoài ra, còn có hai em của ông nhà báo Việt ở VA cũng bị heart attack chết cùng một lúc, anh quên rồi sao?

Đức cương quyết:

- Sống chết có số, ông cứ cho tôi về làm ở khách-sạn New World số 76 đường Lê Lai Saigon. Khách sạn này gần nhà ông già tôi, tôi sẽ có thời giờ lo cho ông và tôi hứa sẽ ở trong khách-sạn cho an-toàn .(1)

Ralph lắc đầu:

- Nhưng Hotel đó không có chức Quản-Lý, Giám-Đốc nào cho anh cả. Họ mướn đủ người rồi.

 Đức cũng lắc đầu:

- Không cần chức Quản-Lý hay Giám-Đốc, miễn là có việc làm ở Saigon: làm bồi, quét dọn lobby, lau chùi cầu tiêu để gần gia-đình là được!... (2) ***Tôi xa Saigon từ 1974, đã bao năm rồi không về thăm nhà, không về thăm quê hương , không gặp người yêu cũ, dù bây giờ đã có danh vọng, tiền tài, sống sung sướng nhưng nhiều khi lòng vẫn man mác buồn, nhớ về Saigon...***

Lời nói của Đức làm Ralph buồn theo vì từ khi tốt nghiệp Đại Học Honolulu đên giờ, Ralph sang Trung Hoa, Âu Châu, Mỹ Châu, chưa một lần vê thăm Hawai.

Giọng Ralph trầm xuống:

- Thôi được, tôi sẽ yêu cầu với Ông Chủ Tịch Công Ty New World cho anh làm General Controller, kiểm-soát tất cả các khách sạn của New World trong vùng Đông Nam Á: Trung Hoa, Nhật, Hàn Quốc, Đài Loan, Thái Lan, Singapore, Malaysia, Philippine và Văn Phòng General Controller đặt tại khách-san Saigon New World. Is that OK? Are you happy now?

Đức ôm vai Ralph, nói như muốn khóc:

- Thank you. From Saigon, I will visit you, Quỳnh Trân in Hawaii and play Golf with you…

NGUYỄN ĐỨC NAM
Orange County, CA-USA
8/2023

LTG:

(1) Trong khoảng thời gian này, Mỹ và Việt Nam chưa có giao thương.

(2) Chúng ta luôn luôn có sự chọn lựa, trong cuộc sống. Không biết sự chọn lựa của Đức có kết quả tốt đẹp hay không, xin đọc KHÁCH SẠN HOA-THỊNH-ĐỐN Tập2.

MỤC LỤC

TÁC PHẨM CỦA NGUYỄN ĐỨC NAM

■*Truyện:*

   **Những Thần Tượng Mới (Màn Ảnh xuất bản 1964).*

   **Những Khuôn Mặt Trẻ (Thứ Tư Truyện Hay-1966).*

   **Một Sáng Trong Sương (Thái Độ -1969).*

   **Vết Thương Tuổi Ngọc (Màn Ảnh 1965).*

   **Những Chiều Hoang Dại (Màn Ảnh 1966).*

   **Khách Sạn Hoa-Thịnh-Đốn tập I (Nhân Ảnh 2023).*

   **Định Mệnh (Nhân Ảnh 2024).*

   **Tuyển Tập Truyện Ngắn (Nhân Ảnh 2025).*

■*Nhạc:*

   **Mưa Trên Thung Lũng Hồng (Ngày Mai 1996).*

   **CD Một Đời Nhớ Thương (Golden Swan Production 2004).*

   **Tình Khúc Nguyễn Đức Nam (Nhân Ảnh 2022).*

Nhân Ảnh
2023

Liên lạc tác giả:
Email: nguyenducnam@yahoo.com

Liên lạc Nhà xuất bản
Nhân Ảnh
E.mail: han.le3359@gmail.com
(408) 722-5626